அகத்தியரின் பஞ்ச காவிய நிகண்டில் நவீன அறிவியல் உண்மைகள்

வே. நித்தியகல்யாணி

Published by

BONFRING®
Intellectual Integrity

அகத்தியரின் பஞ்ச காவிய நிகண்டில் நவீன அறிவியல் உண்மைகள்

9 789386 176578 >

ISBN 978-93-86176-57-8

Author

வே. நித்தியகல்யாணி

Bonfring

309, 2nd Floor, 5th Street Extension,

Gandhipuram, Coimbatore-641012.

Tamilnadu,India.

E-mail: info@bonfring.org

Website: www.bonfring.org

Phone: 0422-4213231

பார்வதி வெளியீடு எண் - 2
முதலாம் பதிப்பு
பதிப்புரிமை பெற்றது

நூலைப்பற்றி

நூலின் பெயர்	:	அகத்தியரின் பஞ்ச காவிய நிகண்டில நவீன அறிவியல் உண்மைகள்
ஆசிரியர்	:	வே.நித்தியகல்யாணி
வெளியீட்டாளர்	:	Bonfring, காந்திபுரம்.
பதிப்பு ஆண்டு	:	ஜனவரி, 2017
உரிமை	:	பதிப்பகத்திற்கு
அச்சுத்தாள்	:	வெள்ளைத்தாள்
நூல்வடிவம்	:	14.8 செ.மீ × 21 செ.மீ
எழுத்துக்கள்	:	12 புள்ளி
மொத்த பக்கங்கள்	:	70
நூல்விலை	:	150 ரூபாய்

பாசமிகு பேராசான், தந்தை திரு.சு.வேணுகோபால்,

சித்த வைத்தியர்

அவர்களுக்குச் சமர்ப்பணம்...

அணிந்துரை

முனைவர் அ.ஜே.அ.ரஞ்சித்சிங்,

முதல்வர்,

ஜெ.பீ. கலை மற்றும் அறிவியல் கல்லூரி,

மனோன்மணியம் சுந்தரனார் பல்கலைக்கழகம்,

திருநெல்வேலி.

அகத்திய மா முனிவரின் படைப்புகளில் பஞ்ச காவிய நிகண்டு பல தனிச்சிறப்புக்களை உடையது. பஞ்ச காவிய நிகண்டில் மானிடவர்க்கம் பற்றிய கருத்துக்களை ஆராய்ந்து பல அரிய உண்மைகளை, சமுக அமைப்பை, ஆண்கள் மற்றும் பெண்களின் மரபியல் அடிப்படையிலான கருத்துக்களை இந்நூல் ஆராய்கின்றது. இந்நூல் ஆசிரியர் இதனை வெளிக்கொணர்ந்திருப்பது மிகவும் பாராட்டத்தக்கது.

பண்டைக்கால தமிழர் தங்களது பயன்பாட்டில் பலவித பழக்க முறைகளை பின்பற்றினர். இவர்கள் பின்பற்றிய பழக்கவழக்கங்களை நுட்பமாக அணுகினால் ஆழமான அறிவியல் உண்மைகள் உள்ளது புலப்படும். இதை இந்நூல் ஆசிரியர் சிறப்பாக வெளிக்கொணர்ந்து உலகரிய செய்துள்ளது மிகவும் பாரட்டத்தக்கது. இந்நூல் இளைய தலைமுறையினருக்குப் பெரிதும் பயன் உடையதாக இருக்கும் என வாழ்த்துகிறேன்.

ஆசிரியர் அறிமுகம்

இந்த நூலின் ஆசிரியர் வே.நித்திய கல்யாணி கல்லூரிக் கல்விப்பணியில் ஏழு ஆண்டுகளாகச் செயல்பட்டு வருகின்றார். இவரது சொல் வண்மையால், நாவின் திண்மையால் ஆயிரக்கணக்கான மாணவர்கள் தமிழின் மேன்மையை முறையாக உணர்ந்து, தமிழை உச்சரிக்கும் மாண்பைப் பெற்று வருகின்றனர். இவர் சிறந்த இலக்கியப் பேச்சாளர். இவர் தென்காசி, DMI அருட்சகோதரிகளால் நடத்தப்படும் ஜெ.பீ. கலை மற்றும் அறிவியல் கல்லூரியில் தமிழ்த்துறையில் ஆறு வருடங்களாக பேராசிரியராகப் பணியாற்றி வருகின்றார். சமுக சேவை, நாட்டு நலப்பணி என பல்வேறு நிலைகளில் சிறப்புடன் செயல்பட்டு பல விருதுகளைப் பெற்றுள்ளார். இவரது பேச்சு பல கல்லூரி மாணவ-மாணவிகளை வெகுவாகக் கவர்ந்து, அவர்களை வளர்ச்சியின் பாதையில் நடத்தி வருகிறது. இவர் தமழ்த்துறையில் பட்டப்படிப்பு, பட்ட மேற்படிப்பு, இளம் முனைவர் முனைவர் ஆய்வு செய்தவர். ஆய்வு அமர்வுகளில் தலைமை ஏற்று பலப் புகழ்களை தனக்கென தக்க வைத்துக் கொண்டவர். இந்தியப் பல்கலைக்கழக மானியக்குழு நடத்தும் NET, மாநில அரசு நடத்தும் SET போன்ற தேர்வுகளில் வெற்றி பெற்றவர். இவரது அக வெழுச்சி, தமிழுணர்வு, தமிழரின் தொன்மைக்கு வடிவம் கொடுக்கும் தணியாத் தாகம் போன்றவை அவரது தகப்பனார் திரு.வேணுகோபால் படித்த பல அகத்தியரின் வைத்திய நூலில் இருந்து தூண்டப்பட்டது என்றால் அது மிகையாகாது.

நூல் அறிமுகம்

தமிழ் மொழி மிகவும் தொன்மை வாய்ந்த மொழி. தமிழ்மொழியில் உள்ள நூல்கள் பண்டைக் கால முனிவர்கள், சித்தர்கள், புலவர்கள் மற்றும் அறிவியலாளர்களால் எழுதப்பட்டுள்ளது. தமிழ் சித்தர்களில் முதன்மையானவர் அகத்திய முனிவர். இவர் பொதிகை மலையில் வாழ்ந்து பல அரிய நூல்களை மருத்துவம், மாந்திரீகம் போன்ற தலைப்புகளில் படைத்துள்ளார். இவர் வாழ்ந்த காலம் கி.மு.6 மற்றும் 7-ஆம் நூற்றாண்டு எனக் கூறப்பட்டுள்ளது. அகத்தியர் பல அரிய மருத்துவ, மாந்திரீக நூல்களைப் படைத்திருந்தாலும் அவைகளில் சிறப்பான இடத்தைப் பெறுவது ஐந்து காவியங்கள் ஆகும். ஐந்து காவியங்களாவன, வாத காவியம், பூரண காவியம், ஞான காவியம், மாந்திரீக காவியம் மற்றும் இலட்சண காவியம். இந்த காவியங்களில் பல அரிய சித்த வைத்திய முறைகள், தாவரங்கள், விலங்குகள், உப்புகள், உலோகங்கள், மாந்திரீகம், வசியம், மனிதனின் பிரிவுகள் போன்றவை எடுத்துக் கூறப்பட்டுள்ளது. இந்த காண்டங்களில் வரும் சொல்களின் பன்முகத்தன்மையை தொகுத்து, அச்சொற்கள் குறிப்பிடும் பொருள் பற்றி அறியச் செய்தல் மிகவும் பயன் உடையதாக அமையும் என்பதால் ஐந்து காவியங்களை அடிப்படையாக கொண்டு அமைந்துள்ள பஞ்ச காவிய நிகண்டு என்ற நூல் இந்த ஆய்விற்கு கொள்ளப்பட்டுள்ளது.

நிகண்டு என்ற பதத்திற்கு உரிச்சொல் பனுவல் என்பது பொருள். வட மொழியில் வழக்கில் இருந்த வேதத்திற்கு பொருள் அரிய நிகண்டுகள் எழுதப்பட்டது. அதன்பின் தமிழ் மொழியிலுள்ள பழங்கால நூல்களின் பொருளை அறிய நிகண்டு தோற்றுவிக்கப்பட்டது. சித்தர்கள் மறைமுகமாகக் கூறிய

பொருள்களுக்கான பல்வேறு பெயர்களையும் அறிந்து கொள்ளும் வண்ணம் நிகண்டு எழுதப்பட்டது. நிகண்டு என்பது மறைபொருள்களை வெளிப்படுத்துவதாக அமைக்கப்பட்டுள்ளது. தமிழ் நிகண்டுகளில் திவாகர நிகண்டே முதலில் தோன்றியதாகும். அகத்தியரின் பஞ்ச காவியங்களுக்கான மறைப்பொருளை விளக்குவதாகவும் அகத்தியரின் அறிவின் மாண்பை வெளிக்கொண்டு வருவதாகவும் இந்நிகண்டு அமைந்துள்ளது. பஞ்ச காவிய நிகண்டினை ஆராயும்போது, அகத்தியர் தன் மாணவராகிய புலத்தியரிடம் கூறுவதுபோல் பாடல்கள் அமைந்திருப்பதிலிருந்து இந்த நிகண்டை எழுதியவர் அகத்தியர் கூறுவதுபோல் பாடல்களை அமைத்துள்ளது தெரிய வருகின்றது. அகத்தியர் கூறிய மானிட சாஸ்திரம் மற்றும் இந்நூலில் புதைந்துள்ள பல அரிய அறிவியல் உண்மைகளை வெளிக்கொண்டு வந்து விரிவான நோக்கில் ஆராயும் பொருட்டுஇ இந்நூல் படைக்கப்பட்டுள்ளது.

பஞ்ச காவிய நிகண்டில் இடம்பெற்றுள்ள பாடல்களின் பொருளை வைத்து இந்நூலின் காலம் ஏறத்தாழ கி.பி.14ம் நூற்றாண்டு என ஆய்வாளர்கள் கருதுகின்றனர். இந்த நிகண்டின் மூல வடிவம் ஓலைச்சுவடியாக தஞ்சாவூர் சரஸ்வதி மகால் நூலகத்தின் ஆவணக் காப்பகத்தில் உள்ளது. இந்த நிகண்டில் எட்டு காண்டங்கள் உள்ளது. இந்நூலின் வேறு பெயராக பஞ்ச காவிய நிகண்டு 800 என்ற பெயர் கூறப்பட்டாலும் இடைச்செறுகல்களால் 1060 பாடல்கள் உள்ளதாக ச.அரங்கராசன் குறிப்பிடுகிறார். பஞ்ச காவிய நிகண்டினை 1871 மற்றும் 1894-ல் வே.கந்தசாமி முதலியாரும் 1876-ல் அறுமுகசாமியும் பின்பு 1993-ஆம் ஆண்டு இராமச்சந்திரனும் பதிப்பித்துள்ளனர். அதன்பின் சு.அரங்கராசன் என்பார் 2000-ஆம் ஆண்டு முதல் பதிப்பையும் 2008ம் ஆண்டு இரண்டாம் பதிப்பையும் வெளியிட்டுள்ளார். இந்த பஞ்ச காவிய நிகண்டில் உள்ள பல

அரிய உண்மைகள் இன்றைய அறிவியல் நிலையை மற்றும் மானிடத்தை பிரதிபலிக்கிறது.

இந்த பஞ்ச காவிய நிகண்டு காலத்தால் முற்பட்டாலும் பல அறிவியல் ஆய்வுக்கு அடித்தளம் அமைத்து கொடுக்கிறது. மனித இனம் குறிப்பாக இந்திய துணைக்கண்டம் குறிப்பாக தமிழ் உலகம் வாழ் மானிடரின் உடல் அமைப்பு, நிறம், குணம் மற்றும் அவர்களது மரபு வழி உண்மைகள் இந்த நிகண்டில் கூறப்பட்டுள்ளது. இந்த வியத்தகு மானிட பாகுபாடு (Human race) இன்றைய மரபியல் ஆய்வாளர்கள் குறிப்பாக ஜுனோம் அல்லது ஜீன்களின் சந்ததி அணி வகுப்பு பற்றிய ஆய்விற்கு பல உண்மைகளை வழங்குகிறது. மேலும் பல அறிவியல் கருத்துக்கள் குறிப்பாக தண்டு செல் சிகிட்சை, தண்டு செல் (Stem cell) பயன், கோன் துகள்களின் மருத்துவ தன்மை (Nano medicine) மற்றும் மனித உடலியல் உண்மைகள் பல ஆயிரக்கணக்கான பாடல் வழியால் எடுத்து கூறியிருப்பது இந்த நிகண்டு ஓர் காலப்பெட்டகம் மட்டுமல்ல நவின உலக காலக் கண்ணாடியாகவும் பிரதிபலிக்கிறது. இந்த உண்மைகளை வெளிக்கொணர்ந்து பண்டையத் தமிழரின் அறிவு நுட்பத்தை உலகரிய செய்வதே இந்நூலின் பிரதான நோக்கமாகும்.

இந்த நிகண்டு காட்டும் மானிட உட்பிரிவுகள், மானிட சாதி அமைப்பு மற்றும் சாதி வழியில் வரும் மரபியல் குணங்கள் மிகவும் அற்புதமாக படைக்கப்பட்டுள்ளது. இவற்றை பற்றி இன்றைய இளைஞர்கள், ஆய்வாளர்கள் மிகவும் அறிந்து மரபியல் அதாவது ஜீன் அமைப்பு மனித ஜீனோம் நூலகத்துடன் இந்த குண இயல்பை உற்றுப்பார்த்து அகத்தியரின் மெய் ஞானத்தின் மேன்மையை அறிவது அவசியம்.

எனவே இந்நூலின் ஆசிரியர் பஞ்ச காவிய நிகண்டை முழுமையாக ஆய்வு செய்து அதில் கூறப்பட்டுள்ள உண்மைகளை அறிவியல் கண்ணோட்டத்தில் மானிட சாஸ்திரம் மற்றும் அறிவியல் உண்மைகள் என இரு தலைப்புகளில் இந்நூலில் படைத்துள்ளார்.

S.No	Contents	Page No

அகத்தியரின் பஞ்ச காவிய நிகண்டில் நவீன அறிவியல் உண்மைகள்

முன்னுரை

பஞ்ச காவிய நிகண்டு நவீன மருத்துவத்தின் தாய் நூல் என்றே எண்ணத் தோன்றுகின்றது. அகத்தியர் 3000 ஆண்டுகளுக்கு முன்பு படைத்த பல்வேறு படைப்புகளில் வியக்கத்தக்க அளவு அறிவியல் உண்மை இருக்கின்றது என்பது மிகவும் பெருமைப்படக்கூடிய உண்மையாகும்.

பஞ்ச காவிய நிகண்டு வெறும் சொல் அகராதியோடு நிற்காமல் நவீன அறிவியலுக்கு ஓர் உந்து விசையாக அமைந்துள்ளது. இன்றைய அறிவியலார் மருத்துவத் துறையில் பல்வேறு சாதனைகளை நிகழ்த்தி, பல்வேறு நோய்களைக் கண்டறியும் நோயின் அறிகுறிகளைக் கண்டறியும் உபகரணங்களை வடிவமைத்து உள்ளனர். இதற்கெல்லாம் அடிப்படை நூலாக இந்நூல் திகழ்கின்றது.

அகத்தியரின் மருத்துவ ஞானம் இன்று உலகத்தார் வியக்கும் அளவிற்கு இருக்கின்றது. பஞ்ச காவிய நிகண்டு கூறும் தாவரம், விலங்கு, உலோகம், கடைச்சரக்கு எனப் பல்வேறு இயற்கை பொருட்களின் வாயிலாக, நோய்களைக் கண்டறிவது, வருமுன் காப்பது, வைத்தியம் செய்வது, மரபுத் தன்மை அறிவது போன்றவை இன்றும் புரியாத புதிராக உள்ளது.

உதாரணமாக, இன்று பெரும்பாலோரின் கண்களைப் பாதிக்கும் கண்புரை நோய் அதாவது கண்ணின் சவ்வு வளர்ச்சியை அறுவை சிகிச்சை மூலம் நீக்கும் முறையை நன்றாக அறிந்து விளக்கியுள்ளார் அகத்தியர்.

விலிசங்கொண்டே உரித்தபின்னர் வினவிக் கிரியைநீகேளாய்
தெளியும் படியே நெய்கொண்டு தியங்க ஒத்திதானொழக்கி
புளியந்துளிர் பூலாவேர் புதிய தேநல் தன்னுடனே
தெளியச்சீவி தாய்ப்பாலில் தியங்க நறுக்கி வார்த்திடுமே[1]

(அகத்தியர் நயனவிதி, பாடல் 51)

வில்சம் என்னும் கருவி கொண்டு அறுவை சிகிச்சை மேற்கொள்ளப்பட்டுள்ளது. இக்கருவி கி.மு.1500-ல் பயன்படுத்தப் பட்டுள்ளது (டெய்லர், இந்திய மருத்துவம், பக்கம் 320) என்றக் குறிப்பு வழியாக அகத்தியரின் மருத்துவ அறிவு நமக்குத் தெளிவாகின்றது.

நவீன மருத்துவத்தில் உள்ள நோய்காணல், முடக்கியல், மூளையியல், நரம்பியல், இதயவியல், நிணநீர், நோய் எதிர்ப்பு (Immunity) தோல், கண், காது, மூக்கு, இனப்பெருக்க நிகழ்வு போன்றவை குறித்து விரிவான ஞானம் உள்ளவராக அகத்தியர் வாழ்ந்துள்ளார். அவரது மருத்துவக் குறிப்பு அடங்கியப் பஞ்ச காவிய நிகண்டின்படி பல அறிவியல் உண்மைகள் தொல் தமிழருக்குத் தெரிந்து இருந்துள்ளது என்பதுப் புலப்படுகின்றது.

பஞ்ச காவிய நிகண்டு எனும் நூல் உரிச்சொல் பனுவலாக இருந்தாலும் அகத்தியரின் மருத்துவமுறையும் கூறப்பட்டுள்ளதால் இந்த நிகண்டின் ஆசிரியர் எந்த அளவிற்குத் தன் குருவின் மீது மதிப்பு வைத்திருந்தார் என்பதை எடுத்துக்காட்டும் விதமாகவும் இந்நூல் அமையப்பெற்றுள்ளது.

பஞ்ச காவிய நிகண்டில் இடம்பெறும் மருத்துவ அறிவியல்

பஞ்ச காவிய நிகண்டு வாயிலாக அறியலாகும் அகத்தியரின் மருத்துவ, மானிட ஞானத்தை நவீன மருத்துவப் பார்வையில் சிந்தித்தால் மிகப்பெரியச் சாதனையைத் தொல்தமிழன்

புரிந்துள்ளான் என்பதுத் தெரியவரும். அவற்றுள் சிலவற்றை இவ்வாய்வில் காண்போம். நவீன மருத்துவத்தில்,

1) நோய் எதிர்ப்பியல் (Immunology)
2) தண்டு செல் சிகிச்சை முறை (Stem cell treatment),
3) இனப்பெருக்கம் மற்றும் கருவியல் (Andrology, Gynocology and Urology)
4) நவீன உணவுத் தொழில்நுட்பம் (Food Technology)
5) உயிரியல் தொழில்நுட்பம் (Biotechnology)
6) வேதியியல் தொழில்நுட்பம் (Chemical Technology)

போன்றப் பல்வேறு கண்டுபிடிப்புகளை ஆதித்தமிழர் தம் வாழ்வில் பயன்படுத்தியுள்ளனர் என்பதைப் பஞ்ச காவிய நிகண்டு வழி அறியமுடிகின்றது.

பஞ்ச காவிய நிகண்டு கூறும் தொழில்சார் நோய்கள் (Erganomic Diseases)

இன்றைய காலத்தில் Occupational illness/ Erganomic problems எனப்படும் பல தொழில்சார் நோய்கள் கண்டறியப்பட்டு மருத்துவ சிகிச்சையும் அளிக்கப்படுகின்றது. உதாரணமாக, பீடித் தொழிலாளர்களுக்கு கண் மற்றும் சுவாச உறுப்பு பாதிப்பு, கொல்லன் வேலை செய்பவருக்கு தோல் வியாதி, தோல் பதனிடும் தொழில் செய்பவருக்கு புற்றுநோய், ஆலைத் தொழிலாளர்களுக்கு கண் பார்வை இழப்பு என இவை போன்றப் பல நோய்கள் வரும் எனக் கூறப்பட்டுள்ளது (ஆதாரம் : www.who/int/occupationalhealth) இந்த அறிக்கையின்படி வருடத்திற்கு 13000 தொழிலாளர்கள் தொழில்சார் நோயினால் மடிகின்றார்கள். 1.2 மில்லியன் தொழிலாளர்கள் பல பாதிப்புகளை அடைகின்றனர். இந்நோய் பற்றி,

சென்னம், வருமே யென்றால் தீவினையினாலே
செகத்தோர்கள், செய்யுமவர் தொழிலினாலே
குன்மம், வரும் காமநோய் வாமத் தோர்க்கு
குருவினுட அனுக்கிரகம் கூடாதாகில்
வன்னச் செந்தமிழ்ப் புலவோர் அகத்திய
மாமுனிவோன், சொன்னமொழி, மறைப்பிராது
என்னத்தால் தமிழ் சிந்தாமணி இந்நூல்தான்
எல்லவரும் அறிந்திடினு அறிவுள்ளோரே[2]

(பஞ்ச காவிய நிகண்டு, பாடல் 128)

என்றப் பாடல் விளக்குகின்றது. அண்மைக் காலத்தில் தொழிற்சாலைகளில் பணியாற்றும் தொழிலாளர்களுக்கு வரும் நோய்கள் பல ஆண்டுகளுக்கு முன்பே தெரிவிக்கப்பட்டுள்ளதால் தொல் தமிழரின் மருத்துவ அறிவை பஞ்ச காவிய நிகண்டு கூறுகின்றது.

நவீன தண்டு செல் மருத்துவம் பற்றி (Stemcell-Regenerative Medicine) பஞ்ச காவிய நிகண்டு கூறும் உண்மைகள்

இன்று உலகம் முழுவதும் முக்கியத்துவம் தரப்படும் மருத்து அறிவியல் ஆய்வே தண்டு செல் ஆய்வாகும் (Stem-cell research).

“மனிதனின் பல நோய்கள் குறிப்பாக பாரம்பரிய நோய்கள் (Genitical problem) கூட குணமாக்கப்பட வேண்டுமென்றால் குழந்தை பிறக்கும்போது தாய்-சேய் இணைப்புக் குழாயாகிய நச்சுக்கொடியை (Placenta) எடுத்து அதில் உள்ள திராவகத்தில் நிரம்பியிருக்கும் தண்டு செல்களைப் பிரித்து பல வருடங்கள் அவைகளைப் பக்குவமாக நிலைப்படுத்தி அதன் மூலம் அந்த குழந்தை

இறக்கும்வரை பலவித நோய்களைக் குணமாக்க, புதிய திசுக்கள் வளர பயன்படுத்தலாம். ஒவ்வொரு தண்டு செல்லும் தனது செயல்பாட்டின்படி புதிய உறுப்புக்களைக் கூட உருவாக்கும்"[3] (ஆதாரம் : Placenta-நஞ்சுக்கொடி).

Placenta: New Source For Harvesting Stem Cells

A groundbreaking study (2009) conducted by Children's Hospital & Research Centre Oakland is the first to reveal a new avenue for harvesting stem cells from a woman's placenta, or more specifically the discarded placentas of healthy newborns. The study also finds there are far more stem cells in placentas than in umbilical cord blood, and they can be safely extracted for transplantation.

Stem cells are essentially blank cells that can be transformed into any type of cell such as a muscle cell, a brain cell, or a red blood cell. Using stem cells from umbilical cord blood, Children's Hospital Oakland physicians have cured more than 100 kids with chronic blood-related diseases[4].

(http://www.sciencedaily.com/releases/2009/06/090623091119.htm).

குறிப்பாக மனித உடலில் உள்ள இரத்த அணுக்கள் அதாவது சிகப்பு அணுக்கள், வெள்ளை அணுக்கள் போன்றவைகளின் பிறப்பிடமே எலும்பு மஜ்ஜை. இன்று புற்றுநோயினால் பாதிக்கப்படுபவருக்கு எலும்பு மஜ்ஜை மாற்று சிகிச்சை (Bone morrow transplantation) செய்யப்படுகின்றது. இந்த எலும்பு மஜ்ஜையை தண்டு செல் உற்பத்தி செய்கின்றது என்பது இன்றைய மருத்துவ ஆய்வாகும்.

இத்தகைய மிக நுணுக்கமான நவீன மருத்துவ அறிவை பல ஆண்டுகளுக்கு முன்பாகவே அகத்தியர் பஞ்ச காவிய நிகண்டில் கூறியிருப்பது மிகவும் வியப்பாக உள்ளது.

தானான, செயநீரைப் பீங்கானில் வாங்கி
தருவான, நஞ்சுக் கொடி சுண்ணந்தானிட்டு
கோரையான முப்புவும் கூடவிட்டுக்
குணமான ரவிமதியும், கூடச் சேர்த்துத்
தேனான வழலையுட கருவும் சேர்த்துத்
தெளிவான சந்திநுப்புக் கூடச் சேர்த்து
வானான, வத்துயென்ற வழலை யாகும்
வாத முறையெல்லா மிந்த செயநீராமே[5]

(பஞ்ச காவிய நிகண்டு பாடல் 705)

இப்பாடல் வழி நச்சுக்கொடி (Placenta) யில் இருந்து எலும்பு மஜ்ஜையை உருவாக்கக்கூடிய மருந்து செய்யப்படுகின்றது எனக் கூறப்பட்டுள்ளது. இன்றைய நவீன மருத்துவத்திற்கு முன்னோடியாக பஞ்ச காவிய நிகண்டு திகழ்கின்றது.

நோய் எதிர்ப்பு (Immunity) ஆற்றலை அளிக்கும் பனிக்குடநீர்

(Amniotic Fluid)

பனிக்குடநீர் அல்லது Amniotic Fluid-க்கு பல மருத்துவ குணங்கள் இருப்பதாக நவீன மருத்துவத்துறைக் கூறுகின்றது. குழந்தையானது தாயின் கருவறையில் உள்ள குளம் போன்ற அமைப்பில் வளரும்போது, தாய் நகரும்போதும், செயல்படும்போதும் ஏற்படும் எந்தப் பாதிப்பும் குழந்தைக்கு வராமல் பாதுகாப்பு

அளிப்பதாக அந்நீர்நிலை விளங்கும். இந்தத் திரவத்தில் கரு தோன்றுவதற்குக் காரணமான செல்கள் குறிப்பாக உடல் செல்களின் முன்னோடியான தண்டு செல்கள் (Stemcells) நிறைந்து காணப்படும். நவீன மருத்துவத்தில் தண்டு செல் சிகிச்சையானது தண்டு செல்லைச் சேகரித்து பல பரம்பரை நோய் கட்டுப்படுத்தப்படுகின்றது. இதன் துணைக்கொண்டு புதிய உடல் உறுப்பு, பாதிக்கப்பட்ட உடல் உறுப்பைச் சரிசெய்தல் போன்றவை இன்றைய நவீன மருத்துவத்தில் தோன்றியுள்ளது (Stem Cell therapy). இந்த தண்டு செல் பனிக்குடத்தில் உள்ளதால் அதனைப் பற்றி நன்கு அறிந்த அகத்தியர் பல ஆண்டுகளுக்கு முன்பே தண்டு செல் பற்றியும் அதன் மருத்துவ குணம் பற்றியும் தெரிவித்திருப்பது மிகவும் ஆச்சரியப்படத் தக்கதாக உள்ளது.

இந்தப் பனிநீர் வைத்தியத்தின் துணையுடன் மனிதனுக்கு வரும் கன்மநோய்களான தொழுநோய், காசம் மற்றும் மூளைக்கேட்டினைக் குணமாக்கலாம் என்பதை,

எய்து மென்ற மானிடர்க்குக் கன்மநோய் வந்தால்
எடுத்தாடு உயிர்க்கிருதம் குன்றியெடை வாங்கி
கைய்து மென்றவோர் நாளுக்கோர் குன்றியாகும்
கருணை பெற, அதிகாலம் எடை தவறாதெடுத்து
நைது என்ற ஆவின் வெண்ணைய் பாக்களவு கொண்டு
நல்லவிடைக் குன்றி எடுத்ததற்குள்ளே வைத்து
பைது மென்ற பாவத்தால் வந்த நோய்க்குத்தான்
பாய்ச்சுவாய், பண்டிதம் பொய் வாரா, என்றோதே[4]

(பஞ்ச காவிய நிகண்டு, பாடல் 93)

என்ற 93-வது பாடலில் தெளிவுப்படுத்துகின்றார் அகத்தியர். மேலும், பனிநீரின் மாண்பினை,

ஆமப்பா, புலத்தியனே சீரகம் சேர்த்தரைத்து
அதில் பனையின் வெட்டு கற்கண்டு சேர்த்து
ஆமப்பா, இரண்டைநய்தான் தூளாகச் செய்து
எடுத்து பனி நீரதிலே இரண்டையும் தானிட்டு
ஆமப்பாக் கூட்டியதை மத்தித்துப்பனியில் வைத்திடவே
பனிவிழுந்து மது கிருதமாகும்
நாமப்பா, மனோன் மனிதன், வாலைபூசை செய்து
நலமான மாது, பனி நீர் கிருதமாமே[5]

(பஞ்ச காவிய நிகண்டு, பாடல் 91)

என்றப் பாடல் வழி விளக்கியுள்ளார் அகத்தியர். இப்பாடலின் வழியாக நவீன தண்டு செல் சிகிச்சைக்கு முன்னோடியாக அகத்தியரின் பஞ்ச காவிய நிகண்டு திகழ்கின்றது என்பது தெளிவாகின்றது. எனவே, அகத்தியர் இன்றைய நவீன மருத்துவ அறிவையும் பெற்றுப் பல மனித உயிரை நோயிலிருந்து பாதுகாத்துள்ளார் என்பதுப் புலப்படுகின்றது.

கட்டுப்படுத்தப்பட்ட உணர்வுத் தூண்டல் (Conditional Reflex – Neurology)

இன்றைய நவீன அறிவியல் ஆய்வில் மனிதனின் உடலில் உள்ள நரம்பு மண்டலம் தூண்டப்பட்டால் உடலில் நடக்கும் பல செயல்பாடுகள் வெளிப்படும். குறிப்பாக, பலருக்கு காலைக்கடனைத் தூண்டுவதற்குப் புகைப்பிடித்தல், நீர், தேநீர் அருந்துதல் என ஏதாவது ஒரு செயலைச் செய்தால்தான் நரம்பு மண்டலம் தூண்டப்பட்டு மலம் கழிக்க சிரமம் ஏற்படாது. இந்தக்

கட்டுப்படுத்தப்பட்ட உணர்வுத் தூண்டலைப் பற்றி பஞ்ச காவிய நிகண்டில் அகத்தியர்,

இடமான, பித்தக் கோரி என்றும் பேரு
ஈங்காரிய கோரமென்றிதற்குப் பேரு
அடமான, பைத்தியங்காரியென்றும் பேரு
அபானவாயு செரிச்சானென்றும் பேரு
தடமான, தத்திநக்கி என்றும் பேரு
களைப்படா னென்றதற்குப் பேருண்டாச்சு
கெடமான, விருட்டி சிங்க மென்றும் பேரு
கெணிதமதாய், சொல்லிவிட்டோம், புகையிலையின் பேரே[6]

(பஞ்ச காவிய நிகண்டு, பாடல் 575)

என்றப் பாடலில் விளக்கியுள்ளார். புகையிலையின் வேறு பெயர்களைக் குறிக்கும்போது அபானவாயு செரிச்சான் என்றுக் கூறுவது புகையிலையால் செய்யப்பட்ட சுருட்டுக்களை மலம் வெளியேற அதிகாலையில் சிலர் புகைப்பார்கள். இதனாலேயே, இதற்கு 'அபான வாயு செரிச்சான்' என்றுக் கூறப்பட்டுள்ளது. இக்கருத்தை உறுதி செய்யும் நவீன அறிவியல் உண்மைகள் கீழே கொடுக்கப்பட்டுள்ளது.

Conditional Causes for Smoking Elicit Preparatory Responses in Healthy Smokers

Nicotine, via tobacco, is one of the most heavily used addictive drugs in the word. Nicotine exerts physiological effects very rapidly.

Nicotine from inhaling a cigarette reaches the brain in about 10 to 20 seconds and there it binds to nicotinic receptors on neurons (Markus

H.Winkler, Peter Weyers, Psychopharmacology (Berl). 2011 Feb; 213(4): 781-789)

பஞ்ச காவிய நிகண்டில் உலோக அறிவியல் (Metalic Science)

சித்தர்கள், தங்களைச் சுற்றி நிகழும் இயற்கையின் மாற்றங்களைக் கூர்ந்து நோக்கி அதனை ஆராய முற்பட்டனர். உதாரணமாக, செடியில் உள்ள இலைகள் கீழே விழுந்து காய்ந்து பொடியாகின்றது. பால் சில மணி நேரத்தில் குணம் மாறி தயிராகிறது. ஒரு இரும்புத் துண்டு திறந்த வெளியில் கிடந்தால் அதன் கடினத் தன்மை மாறி துரு ஏறித் தூளாகிவிடுகின்றது.

இதை மாற்றி அழியாமல் இருக்க சித்தர்கள் ஆராய்ந்த போது அது வேதியியல் என்ற இரசவாதமாக மாறுபாட்டை அடைந்தது. இதுவே சித்தர்களின் "இரசவாதம்" எனப்படும். அழியும் உடம்பை அழியாத காய கல்பமாக்குவதே இரசவாத தத்துவமாகும்.

ரசவாத ஆய்வில் உலோகங்களின் பங்கு

உலோகங்கள் மருத்துவத்தில் முக்கியமான ஒரு இடம் வகிக்கின்றன. இந்த மனித உடலில் உலோகங்கள் இருக்கின்றன. மனிதனின் ஆரோக்கியத்திற்கும் நல்வாழ்விற்கும் உலோகங்கள் தேவைப்படுகின்றன. ஆனால் எந்த உலோகத்தையும் மனிதனாலோ, பிராணிகளாலோ நேரடியாக ஜீரணித்துக் கொள்ள முடியாது. ஜீரணித்துக் கொள்ள முடியாத ஒன்றை ஜீரணிக்கும் வகையில் முடிக்கும் மருந்துகள் தான், பஸ்பங்களும், செந்தூரங்களும் ஆகும். அதாவது உலோகங்கள் அதன் உப்புக்களாக மாற்றப்படுகின்றன. உலோகங்களை அவற்றின் உப்புக்களாக மாற்ற முடியுமென்பதைச் சித்தர்கள் அறிந்ததோடு அதைச் செய்து காட்டி நிருபித்தனர்.

இயற்கையிலிருந்து கிடைக்கும் உப்புக்கள், பா'ாணங்கள் எல்லாமே உலோகங்கள் அடைந்துள்ள இராசாயன மாறுதல்களால் ஏற்பட்டவைதான் என்பதை இன்றைய விஞ்ஞானம் கண்டுபிடித்துள்ளது.

தங்கம், வெள்ளி போன்ற உலோகங்கள் சுரங்கங்களில் இயற்கையான தாதுவாகக் கிடைக்கின்றது. இந்த தாதுக்களை எடுத்துப் பல வேதியியல் செயல்முறையின்படி சுத்தம் செய்து பின்பு பயன்படும் உலோகமாக மாற்றப்படுகின்றது (சித்தர்களின் வேதியியல் ஞானம், கற்ப அவிழ்தம், அக்டோபர் 2002, சித்த மருத்துவ மாத இதழ், தமிழ் மருத்துவக் கழக வெளியீடு, பக்கம் 5-6).

தங்கத்தை மிக மெல்லிய தகடாக அடிக்க முடியும். கம்பியாகவும் நீட்ட முடியும்.

தங்கம் வெப்பத்தையும் மின்சாரத்தையும் கடத்தும். காற்றில் இதன் நிறம் மங்குவதில்லை. தங்கம் துரு பிடிக்காததால் எப்பொழுதும் பள பளப்பாகவே இருக்கும்.

பொன்னானது நுண்பொடியாய் மணலுடன் கலந்தும், கலவைக் கற்களிலும் பாறைகளிலும் கிடைக்கின்றது.

பொன் நான்கு வகைப்படும். அவை:

1) ஆடகம்.
2) கிளிச்சிறை.
3) சாதரூபம்.
4) சாம்பூநதம்.

பொன் பின் தங்கமாக மாற்றப்படுவதால் பொன் வேறு, தங்கம் வேறு என பஞ்ச காவிய நிகண்டு கூறுகின்றது.

இனியான இயலென்று, இரணியமென்றும்
நிலையான ஆசையென்று மிதற்குப் பேரு
தனியான ஆடக மருத்து என்று பேரு
தருவான, வருணமென்ற தற்குப் பேரு
வனியாடான அத்தமென்றதற்குப் பேரு
வசனித்தோம், அரியென்று மதற்குப்பேரு
துனியான, நாக ஒளிபவனி வரும போதம்
சொல்லிவிட்டோம், பொன்னிடப் பொருளின் பேரே[7]

(பஞ்ச காவிய நிகண்டு, பாடல் 243)

பொருளான, பரியென்றும், திரியென்றும் பேரு
பூமல, குறமென்றதற்குப் பேரு
அருளான அன்னமென்றும், கன்னமென்றும் பேரு
அசுபதி என்பதற்கு அதீதப்பேரு
மருளான, சகாபரி மாற்றென்றும் பேரு
மக்கனியென்றதற்கு அதீதப் பேரு
இருளான வீரமென்றதற்குப் பேரு
என்ன, சொல்வோம், அதன் பேரு தங்கத்தின் பேரே[8]

(பஞ்ச காவிய நிகண்டு, பாடல் 244)

என்றப் பாடல்களில் பொன்னிற்கும் தங்கத்திற்கும் வழங்கப்படும் வேறு பெயர்கள் வரிசைப்படுத்தப்பட்டுள்ளது.

காவிரி ஆறு மணலில் பொன் தாது கலந்துள்ளதால் பொன்னி ஆறு எனவும், தாமிரம் கலந்துள்ளதால் தாமிரபரணி ஆறு எனவும் அழைக்கப்படுவதிலிருந்து பண்டைத் தமிழருக்கு உலோகங்களைப் பற்றிய அறிவு இருந்துள்ளது என்பதுப் புலனாகின்றது.

உலோகங்களும் (Metals) திராவக நிலையில் இருக்கும் என்பதை,

சங்கான, லோக மென்றும் பேரு
சாநீகம், வாணிநீகமென்றும் பேரு
அங்கான, விம்மென்றுமதற்குப் பேரு
அருளினோம், விநோதயமென்று பேரு
நங்கான, நல்விடதமென்றும் பேரு
நலமான, சன்னிபல மென்றும் பேரு
துங்கான உலகமென்றதற்குப் பேரு
சொல்லிவிட்டோம், உலோக திராவகத்தின் பேரு[9]

(பஞ்ச காவிய நிகண்டு, பாடல் 334)

என்றப் பாடலில் ஆழமாக அறிவியல் கண்ணோட்டத்தோடு வெளிப்படுத்தியுள்ளார் அகத்தியர்.

வானவியல் அறிவியல் (Astronomy)

கற்பக அவிழ்தம் என்ற நூலில் **"2000 ஆண்டுகளுக்கு முன்பு வாழ்ந்த தாலமி என்னும் எகிப்து வானவியலாளரின் தவறான அறிவியல் கண்டுபிடிப்பான பூமி நிலையானது, அதைச் சுற்றியே சூரியன் மற்றும் கோள்கள், ஏன் விண்மீன்கள் கூட சுற்றி வருகின்றன எனத் தன் கண்டுபிடிப்பை அறிவித்தார். இவர் கூறிய இந்த அறிவியல் கருத்தானது கோபர் நிக்கஸ் மற்றும் கலீலியோ போன்றோரின் ஆய்வு வரை அதாவது கி.பி.1500 வரை நம்பப்பட்டு வந்தது"**[10] (கற்பக அவிழ்தம், கற்பம் 20, மருந்து 3, ஆகஸ்ட் 2012, தமிழறிவோம்). இதனை வெளிப்படுத்தும் நவீன சான்றாதாரங்கள்,

Earth's rotation is the rotation of the planet Eartharound its own axis. The Earth rotates from the west towardseast. As viewed from North Star or polestar Polaris, the Earth turns counter-clockwise.

The North Pole, also known as the Geographic North Pole or Terrestrial North Pole, is the point in the Northern Hemisphere where the Earth's axis of rotation meets its surface. This point is distinct from the Earth's North Magnetic Pole. The South Pole is the other point where the Earth's axis of rotation intersects its surface, in Antarctica.

Among the ancient Greeks, several of the Pythagorean school belived in the rotation of the earth rather than the apparent diurnal rotation of the heavens. Perhaps the first was Philolaus (470-385 BCE), though his system was complicated, including a counter-earth rotating daily about a central fire.

In 499 CE, the Indian astronomer Aryabhata wrote that the spherical earth rotates about its axis daily, and that the apparent movement of the stars is a relative motion caused by the rotation of the Earth.

In the 10th century, some Muslim astronomers accepted that the Earth rotates around its axis. According to al-Biruni, Abu Sa'id al-Sijzi (d.circa 1020) invented an astrolabe called al-zuraqi based on the idea believed by some of his contemporaries "that the motion we see is due to the Earth's movement and not to that of the sky".

The prevalence of this view is further confirmed by a reference from the 13th century which states: "According to the geometers (or engineers) (muhandisin), the earth is in constant circular motion, and what appears to be th emotion of the heavens is actually due to the motion of the earth and not the stars[11] (www.wikipedia.earth's rotation.org)

இந்த வானவியல் அறிவானது பல ஆண்டுகளுக்கு முன்பு வாழ்ந்த அகத்தியரின் பஞ்ச காவிய நிகண்டில்,

தங்கமென்ற, பூமியென்றும், பூக்காலமென்றும்
தரணியென்றும், நீலமென்றும், சஞ்சாரமென்றும்
அங்கமென்ற, அத்தவர்க்குத்தமென்றும் பேரு
ஆரணி, காரணியென்றுமதற்குப் பேரு
சங்கமென்ற, சயிலாதிஎன்றும் பேரதற்கு
தராதரயென்ற, கண்டத்துக்கும் பூமிக்கும் பேரு
வங்க மென்ற வடபூமி, நிலத்தின் பேர்கள்
வசனித்தோம், சுந்தரமே, பூமியின் பேரே[12]

(பஞ்ச காவிய நிகண்டு, பாடல் 245)

என்றப் பாடலில் சஞ்சாரம் என்பது பூமியானது சுழன்று கொண்டே இருக்கும் என்ற அறிவியல் உண்மையை பல ஆண்டுகளுக்கு முன்பே கண்டறிந்துள்ளது வியப்பாக உள்ளது (Earth rotates around itself and revolves around the sun). இதை உறுதிப்படுத்தும் விதத்தில் பாடல் 247, அடி 3-இல்,

வனமான கிரிவார பூமியென்றும் பேரு[3]

(பஞ்ச காவிய நிகண்டு பாடல் 247, அடி 3)

கிரிவார பூமி என்றச் சொல்லானது பூமி கிரிவலம் வருவதை உறுதிப்படுத்துகின்றது. சூரிய மண்டலத்தைக் குறிக்கும் பாடல் 870, அடி 1-இல்,

வசனிப்போம், பரமண்டலம், சதுர் மண்டலமென்றும்[14]

என்றப் பாடல் வரியில் சூரிய மண்டலத்திற்குப் 'பரமண்டலம்' எனக் கூறப்பட்டுள்ளது. சந்திர மண்டலத்தைக் குறிக்கும் பாடல் 871, அடி 7-இல்,

குண்டலமாம், பூதாதி மண்டலமென்றும் பேரு[15]

(பஞ்ச காவிய நிகண்டு பாடல் 871, அடி 7)

என்றப் பாடல் அடியில் சந்திர மண்டலத்திற்குப் 'பூதாதி மண்டலம்' எனக் கூறப்பட்டுள்ளது. இச்செய்தியிலிருந்து சூரியன், சந்திரன் சுழல்வதில்லை என்பது உறுதியாகின்றது.

அகத்தியரின் கருத்தைப் பஞ்ச காவிய நிகண்டு பிரதிபலிப்பதைப் போல கி.மு.3-ஆம் நூற்றாண்டுக்கும் கி.பி.2-ஆம் நூற்றாண்டுக்கும் இடையில் பாடப்பட்ட சங்கஇலக்கிய நூல்களுள் ஒன்றானப் பட்டினப்பாலையிலும் இக்கருத்து குறிப்பிடப்பட்டுள்ளது. கடியலூர் உருத்திரங்கண்ணனார் என்றப் புலவரால் பாடப்பட்ட பட்டினப் பாலையில் பாடல் 67-72 வரையான அடிகள் மேற்கூறிய அகத்தியரின் வானசாஸ்திர உண்மையை உறுதிப்படுத்துவதாக உள்ளது.

“நீல் நிற விசும்பின் வலன்ஏர்பு திரிதரும்
நாள்மீன் விராஅய கோள்மீன் போல,
மலர்தலை மன்றத்துப் பலர் உடன் குழீ,
கையினும் கலத்தினும் மெஉறத் தீண்டி,
பெருஞ் சினத்தான் புறக் கொடா அது,
இருஞ் செருவின் இகல் மொய்ம்பினோர்”[16]

(பட்டினப்பாலை, பாடல் அடிகள் 67-72)

என்றப் பாடலில் நீல நிறத்தையுடைய ஆகாயத்தில், வலமாக எழுந்து செல்லும் நாள்மீன்களுடன் கூடி நிற்கும் கோள்மீன்களைப் போல் விளங்கும் என்ற உவமைக் கூறப்பட்டுள்ளது. இந்த உவமையின் மூலம் அகத்தியரின் மூலம் அறிவிக்கப்பட்ட உண்மை மக்களுக்கும் தெரிந்து இருந்தது என உணரமுடிகின்றது. அக்காலத் தமிழர் ஞாயிறையே ஏனையக் கோள்கள் சுற்றி வருகின்றன என்று அறிந்திருந்த உண்மைப் புலப்படுகின்றது. பஞ்ச காவிய நிகண்டை ஆய்வு செய்யும் போது இன்றைய அறிவியல் கண்டுபிடிப்புகள் பல ஆண்டுகளுக்கு முன்பே தொல்தமிழன் அறிந்திருந்தான் என்பதுப் புலப்படுகின்றது.

அறிவியல் பார்வையில் பஞ்ச காவிய நிகண்டு கூறும் உள்நோக்கி காண்முறை

மருத்துவ அறிவியலில் இன்று பல புதிய உபகரணங்களைப் (Instruments) பயன்படுத்தி உடலின் உள்பகுதிகளில் உள்ள உடல்கூறு மாறுபாடு, நோய்காண் முறை மற்றும் உடலியல் மாற்றம் குறித்து அறிய முடிகின்றது. இதற்காகப் பல நுண் நோக்கிகள் (Microscope, Scanners, X-rays, Laparoscope, MRI Scan) இன்று பயன்படுத்தப்பட்டு உடலினுள் உள்ள நிலைமையைக் கண்டறிந்து மருத்துவம் செய்யப்படுகின்றது. இத்தகைய வளர்ச்சி அனைத்துமே கி.பி.1900க்குப் பின்பு ஏற்பட்டதாகும். கி.மு.1500ல் அதாவது ஏறத்தாழ 3000 ஆண்டுகளுக்கு முன் வாழ்ந்த அகத்திய முனிவர் உடலினுள் நிகழும் நிகழ்வுகள் பற்றி தெரிந்திருக்கின்றார். அகத்தியர் கூறும் அறிவியல் கருத்துக்கள் இன்றைய அறிவியல் வளர்ச்சி அடைந்த சூழலில் சரியானதா என்பதை ஆய்வு செய்யும் போது அகத்தியர் கூறும் அனைத்துச் செய்திகளும் அறிவியல் பார்வையில் அமைந்துள்ளது.

கரு வளர்ச்சி பற்றி அறியும் நுண்நோக்கி பற்றிய பார்வை (Human Embryology)

கருவுற்ற முட்டை வளரும்போது (Fertilized egg → Blastula → Modula → Zygote, Organizer → Organization/Development of Organ) பல நிலைகளில் வளர்ச்சி ஏற்படுகின்றது. கரு வளருவதை அறிய உள்நோக்கி (Scanner) தேவை. ஆனால் இந்த உள்நோக்கி (Scanner) எதுவும் கண்டுபிடிக்கப்படாத காலத்தில் கூட கருவறையில் வளரும் குழந்தையின் வளர்ச்சி நிலையை அகத்தியர் அறிந்திருந்தார் என்பது தெரிகின்றது.

நாதமென்ற அபானவாயு, உபானவாயு
மருவுபஞ்சமான வாயு, இது மூன்றுந்தான்
சேமிலா பையாகிச் சுரோணித மிரண்டு
திரண்ட பையதற்குள்ளே நாத விந்தூறிப்
போத மென்றப் புதையலது போதலர் தாமாகில்
பூரணச்சந்திரன் போலபா கன்றவாரே[17]

(பஞ்ச காவிய நிகண்டு, பாடல் 65, அடிகள் 3-8)

என்றப் பாடலில் தாம்பத்ய உறவின்போது மூன்று வகையான வாயுக்கள் தோன்றும் எனக் குறிப்பிடுவது இன்று கண்டறியப்பட்ட அறிவியல் உண்மை. ஆண்பால் ஹார்மோன்களின் செயல்பாட்டால் தாம்பத்திய உறவும் கருவுறுதலும் நடைபெறும் என்று இக்கால அறிவியல் சிந்தனையை பல ஆயிரம் வருடங்களுக்கு முன்பே அகத்தியர் கூறியிருப்பதைத் தெளிவுறுத்துகின்றது.

"பஞ்ச காவிய நிகண்டின் தொடக்கத்தில் எவ்வாறு கரு உருவாகிறது, அதன் நிலைகள் முட்டை, வியர்வை, விதை, பை என நான்கு நிலைகளில் இருக்கும் எனக் குறிப்பிடப்பட்டுள்ளது" (பஞ்ச காவிய நிகண்டு, பாடல் 3, பக்கம் 2).

வாணி சதாசிவ பதத்தின் முன்னோர் காப்பு
மகத்தான முனிவோர்கள் பாதங்காப்பு
வேணியென்ற ஆதியந்தந் சோதி காப்பு
மேவு சுடர், சடா தார பீடங் காப்பு
யோனியென்ற நால் யோனிப்பிண்டங் காப்பு
உதித்த தத்துவ ஞான மவுனங் காப்பு
பாணியென்ற தீவு சூழ் அண்டங் காப்பு
பஞ்ச காவியங் காப்பு, சௌமியங் காப்பாமே[18]

(பஞ்ச காவிய நிகண்டு, பாடல் 3)

இனப்பெருக்கத்தின்போது ஆண் அணுவும் பெண் முட்டையும் இணைந்து உயிர் உருவாகின்றது. கலவையின் போது ஆணின் விந்து பெண்ணின் கருப்பையை அடைந்து சூலாக மாறுகின்றது. இந்த நிகழ்வு அனைத்திற்கும் நாளமில்லா சுரப்பியிலிருந்து சுரக்கும் ஹார்மோன்களே காரணம் ஆகும்.

இன்றையக் கருவியல் துறையினர் (Embryologist) கருத்துப்படி விந்துவும் (Sperm) பெண் முட்டையும் (Ovum) அண்டம் இரண்டும் கர்ப்பப்பையில் உள்ள (Uterus) மெத்தையை (Endomatrium) அடைகின்றது. இங்கு உள்ள ஒரு முட்டையைச் சுற்றி பல ஆயிரக்கணக்கான விந்து (Sperm) சுற்றிவர ஒரே ஓர் ஆண் அணு முட்டையானது வெளியே நின்று செயல்பட்டு முட்டையினுள் சென்று முட்டையுடன் இணைந்து கருவுறச் செய்கின்றது (Fertilized egg). இந்த கருவேற்றம் பெற்ற முட்டை கர்ப்பபையினுள் சென்றடைகின்றது.

பெண்ணிடமிருந்து மாதந்தோறும் கர்ப்பப்பையிலிருந்து வெளியேரும் முட்டையில் ஒன்று ஒரு வகை குரோமோசோமாக இருக்கும். ஆனால் ஆண் விந்துவில் xy என்ற குரோமோசோம் உள்ளது. இது கருவுறும்போது xy என குரோமோசோம்கள் இணைந்தால் ஆண் குழந்தையும் xx என பரிமாற்றம் நடைபெற்றால் பெண் குழந்தையும் என்பது அறிவியல் உண்மை (Larsen, WJ (2001). Human Embryology (3rd ed.). Elsevier.Pp.170-190. National Institutes of Health, Department of Health and Human Services, U.S.A. Government). இதனை நுட்பமாக அறிய நுண்ணோக்கிகள் அவசியம். ஆனால் அகத்தியர் இந்த நோக்கிகள் கண்டுப்பிடிக்கப்படாத காலத்திலேயே கருவின் தன்மை குறித்து

எழுதியுள்ளது அவரது மருத்துவ ஞானத்தை எண்ணி வியப்புறச் செய்கின்றது. சையோக இலட்சணம் பாடல் 926-ல்,

விளம்பக்கேள், சுந்தரமே, விந்தொன்று ஆணியப்பந்து
ஒளிஞானமதில், பந்தென்றால், சுரோணிதந்தான்
விளம்பக்கேள், சுந்தரமே, விந்து பெரிதாகியது
அகண்ட வாசல் கடந்து சென்றால் கருப்பற்றும்
விளம்பக் கேள், விந்து விதமென்றால், புருசர்சையோகப்
புணரிதுவே[19]

(பஞ்ச காவிய நிகண்டு, பாடல் 926, அடிகள் 3-7)

என்றப் பாடலில் ஆணின் விந்து பெண்ணின் முட்டையில் சென்று மரபியல் தன்மையைத் தீர்மானிக்கும் குரோமோசோமுடன் இணைந்து பின் மரபணுவுடன் (Gene) சேர்ந்து கருவில் வளரும் குழந்தையாகத் தோன்றும் என்று அகத்தியர் கூறியிருப்பது இன்றைய அறிவியல் கருத்தாகும்.

ஆணின் விந்து மற்றும் பெண்ணின் முட்டை வழியாக 46 குரோமோசோம்களும் இணைந்து கருமுட்டையில் மரபியல் தன்மைகளை வெளிப்படுத்தும் என்ற இந்த நவீன கண்டுபிடிப்பைப் பல ஆண்டுகளுக்கு முன்பே பஞ்ச காவிய நிகண்டில் கூறப்பட்டுள்ளது.

மதனான, திரேகமெல்லாம் மகிழ்ந்து தொண்ணூற்றாறு கருவி
உதமாக விந்தில் வருமோ வாய்வு[20]

(பஞ்ச காவிய நிகண்டு, பாடல் 928, அடிகள் 3-4)

மனிதனின் குணாதிசியங்களை வெளிப்படுத்தும் மரபணுவில் 96 வகையான குணங்களுக்குரிய அடிப்படைகள் குழந்தைக்கு வந்தடையும் என்ற கருத்து இன்றைய மரபியல், கருவியல் தொழில்நுட்பத்திற்கு வித்திட்டுள்ளது.

மனித மரபியல் பரிணாமம் (Human Genetics)

மரபியலின்படி மனிதக் குணாதிசயங்கள் ஆண் அணுவிலும், பெண் முட்டையிலும் உள்ள குரோமோசோம்களில் பதிந்துள்ள மரபணு வழியாகக் கருவை வந்தடைகின்றது. மனித உயிரணுக்களில் 23 உயிர் குரோமோசோம்கள் இடம்பெற்றிருக்கும். அதில் 23-வது குரோமோசோம்கள் பால் இன குரோமோசோம்கள் என்று அழைக்கப்படுகின்றது. இக்குரோமோசோம்களின் இரு படிவங்களும் XX என்று இருக்கும். XX என்று இருந்தால் பெண்ணினத்தைக் குறிக்கும் குரோமோசோமாகவும், XY என்று இருந்தால் ஆணினத்தைக் குறிக்கும் குரோமோசோமாகவும் வளர்ச்சியடைகின்றது.

ஆண்-பெண் குரோமோசோம்கள் இணைந்து மரபியல் உண்மைகளைக் கருவிற்குச் சேர்க்கின்றது என்று கண்டறியப்பட்ட இன்றைய நவீன அறிவியல் உண்மைகளை பல ஆண்டுகளுக்கு முன்பாகவே அகத்தியர்,

நாமென்ற பெண்ணிடச்ச ஆணுமாகும்

நவிலுவோம், வெகுவசியம் மவுனமாகும்

ஆமென்ற பிண்டமாம், அதினாலய்யா

ஆடலாம் தொண்ணூற்றாறு மாற்றுமாகும்

பேமென்ற பிண்டமே, வழலையாதி

பெண்ணடியே பூநீறு சவர்க்காரந்தான்

மாமென்ற கன்னிபிரவிடையாகைகால்

மது நாதம் மயங்காதே கனிச்சாறாமே[21]

(பஞ்ச காவிய நிகண்டு, பாடல் 23)

என்றும்,

முனதுருவால் சகல கலை அறிவுண்டாச்சு
முருக்கவ்வுட்கரு உனதேயாச்சே
முனதுருவால், முடியாச்சு, தலையுண்டாச்சு
முடி தனிலே பஞ்சகர்த்தா ஆதாரமாச்சு
முனதுருவால், சவர்க்காரமாச்சு
முனது சடம், கைகால் கண் மூக்காச்சு
முனதுருவால், விந்தாச்சு, உடல் தானாச்சு
மூலமென்ற, தொண்ணூற்றாறு கருவியாச்சே[22]

(பஞ்ச காவிய நிகண்டு, பாடல் 26)

என்றப் பாடலில் மனிதனின் குணாதிசியங்களை வெளிப்படுத்தும் மரபணுவில் 96 வகையான குணங்களுக்குரிய அடிப்படைகள் குழந்தைக்கு வந்தடையும் என்றக் கருத்து குறிப்பிடப்பட்டுள்ளது. இக்கருத்தின் வழியாக இன்றைய மரபியல் மற்றும் கருவியல் தொழில்நுட்பத்திற்கு அகத்தியர் காலத்திலேயே அடிக்கல் நாட்டப்பட்டுள்ளது என்பது தெளிவாகின்றது.

ஆண் பாலியல் மருத்துவம் (Andrology)

பெண்ணின் முட்டையில் கருவானது தோன்றுவதற்கு எந்தத் தூண்டல் சக்தியும் இல்லை. ஆணின் விந்துவே முட்டையை உடைத்து வேதியல் பொருள் (Sperm lysine) அதாவது விந்துவின் கூர்மையானத் தலையில் (Acrosome) உள்ளது எனக் கூறுகின்றனர் கருவியல் ஆராய்ச்சியாளர்கள் இதனை உறுதிப்படுத்தி ஆய்வுகளும் வெளியிட்டுள்ளனர் (Derepretal Biology, N.Arumugam, Sara Publication, Page 52-55). இந்த விஞ்ஞான உண்மையை பலநூறு ஆண்டுகளுக்கு முன்பே,

கருவிலே, உரு(வு)பற்றி கருவுண்டாச்சு
கருவான உருவதுவே, சொரூபமாச்சு
கருவி யென்ற சுரோணிதத்தில் விந்து வீழ்ந்து
கருவாகித் திர்ணடெழும்பிக் கடுஞ் சூலாகி
கருவிலே உருளை யென்ற முட்டை போலாகி
கனத்த கருவாகும் நாள் காண்பீராகில்
கருவிலே, நீயறிந்து மருந்தே யூட்டிக்
கல்லென்ற, பிண்டக்கல் கருவை வாங்கே[23]

(பஞ்ச காவிய நிகண்டு, பாடல் 27)

என்றுப் பாடல் 27-இல் விளக்கியுள்ளார் அகத்தியர்.

இன்றையப் பாலியல் மருத்துவர்கள் ஆண்களின் பிறப்புறுப்பில் ஏதாவது கோளாறா அல்லது மலட்டுத்தன்மை உடையதா என பரிசோதனைச் செய்ய ஆண்குறி அதாவது லிங்கத்தில் கைவைத்து இருமும்படிக் கூறுவர். இருமும்போது ஆண்குறியின் அடிப்பகுதியில் மூச்சை உள்ளிழுப்பது போல் தோன்றினால் உடல்நிலை நன்றாக உள்ளது என அறியமுடியும். ஆனால் இந்த நோயைக் கண்டறியும் தன்மையை அகத்தியரின் பஞ்ச காவிய நிகண்டில் அன்றே விளக்கப்பட்டுள்ளது.

வதமான, வாழ்மயிலேட்டு, தட்டினாக்கால்
சதமான, லிங்கமதின் சுழன்றிடுமே[24]

(பஞ்ச காவிய நிகண்டு, பாடல் 930, அடிகள் 1-2)

கபம் வரும்போது நிலையான ஆண்குறி சுழன்றால் நல்ல உடல்நிலை என்பதை இப்பாடல் அடிகள் நினைப்பூட்டுகின்றது.

ஆண் குறியானது புணர்ச்சியின் போது விரிவடைந்து, விரிவு நிலைத்து நிற்பதெல்லாம் முழுமையாக நாளமில்லா சுரப்பு நீரால் சுரக்கப்படும் ஹார்மோனால் (MaleSex hormone-androgen) வருவது.

இந்த ஹார்மோனின் செயலுக்கு அபானவாயு, உபானவாயு, சபான வாயு தான் காரணம் எனக் கூறியுள்ளார் அகத்தியர்.

மணமான, புருசருக்கு அபான வாயு எழுந்தால்
மகத்தான லிங்கமது போல் நீளும்[25]

(பஞ்ச காவிய நிகண்டு, பாடல் 932, அடிகள் 1-2)

தவறான உடலுறவால் 21 வகையான மேகநோய் (STD) ஏற்படும் என்பதை,

சடலமான மேக மிருபத்தொன்றும்
செப்பினேன்வான மண்டலத்திலோடிப் போகும்[26]

பஞ்ச காவிய நிகண்டு, பாடல் 934, அடிகள் 1-2)

கரு வளருதலும் அறிவியல் உண்மையும்

கருவுற்ற முட்டை வளரும்போது (Fertilized egg → Blastula → Modula → Zygote, Organizer → Organization / Development of Organ) பல நிலைகளில் வளர்ச்சி ஏற்படுகின்றது. கரு வளருவதை அறிய உள்நோக்கி (Scanner) தேவை. ஆனால் இந்த உள்நோக்கி (Scanner) எதுவும் கண்டுபிடிக்கப்படாத காலத்தில் கூட கருவறையில் வளரும் குழந்தையின் வளர்ச்சி நிலையை அகத்தியர் அறிந்திருந்தார் என்பது பஞ்ச காவிய நிகண்டு கூறுகின்றது.

நாதமென்ற அபானவாயு, உபானவாயு
மருவுபஞ்சமான வாயு, இது மூன்றுந்தான்
சேமிலா பையாகிச் சுரோணித மிரண்டு
திரண்ட பையதற்குள்ளே நாத விந்தூறிப்
போத மென்றப் புதையலது போதலர் தாமாகில்
பூரணச்சந்திரன் போலபா கன்றவாரே[27]

(பஞ்ச காவிய நிகண்டு, பாடல் 65, அடிகள் 3-8)

என்றப் பாடலில் தாம்பத்ய உறவின்போது மூன்று வகையான வாயுக்கள் தோன்றும் எனக் குறிப்பிடுவது இன்று கண்டறியப்பட்ட அறிவியல் உண்மை. ஆண்பால் ஹார்மோன்களின் செயல்பாட்டால் தாம்பத்திய உறவும் கருவுறுதலும் நடைபெறும் என்று இக்கால அறிவியல் சிந்தனையைப் பல ஆயிரம் வருடங்களுக்கு முன்பே அகத்தியர் கூறியிருப்பதைத் தெளிவுறுத்துகின்றது.

உள்நோக்கி அறிவின் புலப்பாடு

பல ஆயிரம் ஆண்டுகளுக்கு முன்பே அகத்தியர் இன்றைய உள்நோக்கி அதாவது Scan, Ultrasonic Scan, MRI Scan, CT Scan போன்ற நவீன கருவிகளால் தெரியவருவனவற்றை அகத்தியர் கூறியுள்ளார். கருப்பையில் சூல் உற்று வளரும் கருவின் வளர்ச்சி நிலை ஒவ்வொரு திங்களிலும் எவ்வாறு இருக்கும் என்பதை உள்நோக்கி வழியாக அறிவது போன்றுக் கருப்பையில் நிகழும் நிகழ்வைத் தெளிவாக அகத்தியர் விளக்கியுள்ளார்.

முதற்திங்கள் மற்றும் இரண்டாம் திங்கள் கருவின் வளர்ச்சி நிலை

கருவின் வளர்ச்சி முதல் இரண்டு திங்களில் எவ்வாறு இருக்குமென்பதை,

காரான, ஒருதிங்கள் கருவைக் கேளு
கலங்கி இருக்கும், இளநீர்போல வழலைக்காகா
வாரான இளநீர், தொழிலுக்காகும்
மற்ற இரண்டு திங்களிலே, செயநீர்க்காகும்
பாரான பசுமைநிறம், கருப்பற்றாது
பசலையென்ற திராவகத்துக் கூடும்யாரே[28]

(பஞ்ச காவிய நிகண்டு, பாடல் 42, அடிகள் 3-8)

என்றப் பாடல் கூறுகின்றது.

மூன்றாம் திங்கள் கருவின் வளர்ச்சி நிலை

"கருவுற்ற முதல் மூன்று மாதங்களில் தாய் உட்கொள்ளும் உணவானது குழந்தையின் வளர்ச்சியில் பங்கெடுக்கின்றது. கருவில் முதல் 12-16 வாரங்களில் குழந்தையின் உடல் அமைப்பு வளர்கின்றது" (எம்.எஸ்.வெங்கட்ராமன், குறைவற்ற செல்வம், பக்கம் 23). மூன்றாம் மாதக் கருவிலே ஐம்புலன்கள் மற்றும் 7 வகையான உடல் கட்டுகள் உருவாக ஆரம்பமாகும் என்பதை,

ரூபமென்ற ஆகாய வெளி தானாகில்
உலக சத்தசாகரம் அதற்குள்ளாகி
அருபமென்ற பிருதுவி அப்பு தேயு வாயு
ஆகாசத் தோடு, ஐந்துருவும் அதற்குள்ளாகி
சுருபமென்ற மூலாதாரம், சுவாதிட்டானம்
குருதி மணிபூரகம் அனாதகம் விசுத்தி
கருமென்ற ஆக்கினையோடு ஆறும் சேர்ந்து
கருவி கரணாதி தொண்ணூற்றாறுமாமே[29]

(பஞ்ச காவிய நிகண்டு, பாடல் 44)

என்றப் பாடல் குறிப்பிடுகின்றது.

மூன்றாம் திங்கள் கருவானது கருங்கோழி கன்னி முட்டை போல் இருக்கும் என்பதை,

கூடான, மூன்று திங்கள் கருவைக் கேளு
குருவண்டு, நாபியது, கருவேயாகும்
கூடான, இளநீரின் வழுக்கைப் போலாம்
குருவான, வழுக்கையின் மேல் சவ்வுண்டாச்சு
கூடான, சவ்விதுவே, கோழிமுட்டைக்
குருவிந்து, நாதமுந்தான் இரவுதனில் சேர்ந்து[30]

(பஞ்ச காவிய நிகண்டு பாடல் 43, அடிகள் 1-6)

இந்தக் கருவை 'பிர்ம்மக்கல் கற்பம்' என்று அழைப்பதாக பாடல் 28 தெரிவிக்கின்றது.

கருவான, மூன்று திங்கள் கருவைப் பார்த்தால்
கருங்கோழி கன்னி முட்டையது போல் காணும்
கருவான, வெள்ளைக் கல்லதற்குண்டாச்சு
காந்தி சூரியனும், சந்திரனுமாச்சு
கருவான, அரனுரைத்த மொழியைக் கேளும்
கருதினால், பிர்ம்மக்கல் கற்பமென்றார்
கருவான அக்கல்லு, யார்தான் காண்பார்?
கலியுகமெல்லாம் அதுவே காணலாமே"[31]

(பஞ்ச காவிய நிகண்டு, பாடல் 28)

நான்கு திங்கள் கருவின் வளர்ச்சி நிலை

கருவறை என்ற பையில் உபானவாயு, அபானவாயு, சமான வாயு தோன்றி ஓர் மனித உருவம் பெறும் என்பதை,

உருவான நாலு திங்கள் பிண்டமாகி
ஒருவர் அறியாத கரு உதயமாகி
உருவான, பிண்டமதே சைலமாகி
உபமாகி, நிபமாகி, சொரூபமாகி[32]

(பஞ்ச காவிய நிகண்டு, பாடல் 51, அடிகள் 1-4)

என்றுக் கூறப்பட்டுள்ளது. அகத்தியருக்கு கருவைக் காணும் தன்மை இருந்திருக்கின்றது என்பதை,

சித்தருக்குத் தோன்றுமடாச் சடலக் கூறு
செனித்ததடா, கம்பியுப்பு, பரபிரம்மந்தான்
கைத்தவிதி அமைப்பிருந்தால் கருவே காண்பார்
கருவாளிக் கருவறிவார், உருவம் காண்பார்[33]

(பஞ்ச காவிய நிகண்டு, பாடல் 59, அடிகள் 3-6)

என்று விளக்கப்பட்டுள்ளது.

ஐந்தாம் திங்கள் கருவின் வளர்ச்சி நிலை

ஐந்து மாதக் கரு கருவறையில் யானை போலப் பவனி வரத் தொடங்கும் என்பதை,

ஐந்து திங்கள் பிண்டமென்றால் பிண்டமல்ல
அத்தியானை, விந்துதித்த ஐந்தாம் திங்கள்
கஞ்சு கதிர் முளை பாய்ந்து யோனிப் பிண்ட
கதிரொளி போல் பவனிவரும், அமிர்தம் போலாம்
நஞ்சு தின்று நெஞ்சடைத்துக் கர்த்தன் தானும்
நவிலும் அதிலைந்துரு; காணியாகி
பஞ்சை அறிவாரோ இப்பவனி மூலம்
பாதாள நங்கையடா, ஐயுந்தானே[34]

(பஞ்ச காவிய நிகண்டு, பாடல் 61)

என்று விளக்குகின்றது. இதைப் பற்றிக் கூறும்போது, 28-வது பாடலில்,

கருவான அக்கல்லு, யார்தான் காண்பார்?
கலியுகமெல்லாம் அதுவே காணலாமே[35]

(பஞ்ச காவிய நிகண்டு, பாடல் 28, அடிகள் 7-8)

என்றப் பாடல் அடியில் கலியுகம் என்ற ஒரு காலம் வரும். அன்று மனிதனின் அறிவு பெருகி இந்தக் கரு வளர்ச்சியைக் காணமுடியும் என்று கூறியிருப்பது எத்துணை பின்நோக்கு தீர்க்க தரிசன அடிகள் என்பது நன்குப் புலப்படுகின்றது.

ஆறாம் திங்கள் கருவின் வளர்ச்சி நிலை

கருவில் வளரும் குழந்தை 6-வது மாத வளர்ச்சியின் போது கருவறையினுள் துள்ளும் தன்மையை பெற்றிவிடும் என்பதற்கு புனித வேதகாமத்தில் கி.பி.2000 ஆண்டுகளுக்கு முன்பே ஓர் குறிப்பு உள்ளது. **"இயேசுநாதர் புனித கன்னி மரியாளின் வயிற்றில்**

இறைவனால் உருவாக்கப்பட்டு வரும் போது அவளின் மனதைத் தைரியப்படுத்த இறை தூதன் அவர்களை சகரியா என்பவரின் வீட்டிற்குச் செல்ல வழிகாட்டுகின்றார். அங்கு சகரியாவின் மனைவி எலிசபெத் நெடுநாட்களாக குழந்தை பாக்கியம் இல்லாமல், பின் வயது சென்ற பின் கர்ப்பம் தரிக்கின்றாள். எலிசபெத்திற்குப் புனித மரியாள் சகரியாவின் வீட்டிற்குச் சென்று வாழ்த்துக்கள் கூறியபோது, எரிசபெத்தின் வயிற்றிலிருந்த பிள்ளை துள்ளிற்று. அது அவளுக்கு ஆறாம் மாத கர்ப்பம்''[36] (புனித விவிலியம், லூக்க 1: வசனம் 24-41).

இந்த மாதக் கருவானது கருப்பையினுள் உள்ள பாதுகாப்பான ஓர் பனிநீர் நிரம்பிய குளத்தில் (Amnion) நீந்தி தாய் சேய் இணைப்பை (Placenta) ஏற்படுத்தி தாயிடமிருந்து தனக்குத் தேவையான உணவுப் பொருளை பெற்றுக் கொள்ளும் என்பதனை,

கூறக்கேள் ஆறாமாதப் பிண்டமேயாகில்
கறறிரியச் சுக்கிரனுடப் பிண்டமே வாங்கிச்
சாறக்கேள், நாதமான நீரென்றாக்கால்
சார்வான பெண்ணடியின் பனிநீரதை வாங்கி
கோறக்கேள், கோதை இளமாது பனிநீரில்
குப்பைமேனிச் சாறுபடி ஐந்துபடி வாரு
தேறக்கேணீ, அதனைக் கலக்கி ரவி முகத்தில்
தெளியவைத்து நாட்சென்றெடுத்துப் பாரே[37]

(பஞ்ச காவிய நிகண்டு, பாடல் 88)

என்ற 88-வது பாடலில் குறிப்பிட்டுள்ளார் அகத்தியர். இந்தப் பனிக்குடநீருக்கு (Amniotic Fluid) குடப்பனிநீர், சலநதி, அழல்கங்கை, கொங்கை, கருமேகசலம், சாகரம், அப்பு மற்றும் சலாநதி எனப் பல பெயர்களும் பஞ்ச காவிய நிகண்டில்

குறிப்பிடப்பட்டுள்ளது. கருவறையில் நிறைவாக வளர்ந்த கருவின் மேல் 3 ½ கோடி முடி முளைக்கும் என்று அகத்தியர் கூறியுள்ளார். இக்கருத்தை நிரூபிக்க எத்தனைக் குழந்தைகளை ஆதாரமாகக் கொண்டு இந்த கண்டுபிடிப்பு கண்டறியப்பட்டுள்ளது என்பது புலப்படவில்லை. இக்கருத்தை,

ஆமேதானேக் கருவும் லிபியுள் ளோர்க்கு
அரை நொடியிலெய்தும், அகத்தியனும் சொன்னேன்
மாமேதான், கா்மமென்ற பேருண்டாச்சு
மகத்திலே, விளையும் கரு, கல்லாச்சு
காமேதான், காகமென்று முகமுண்டாச்சு
காமக் கருகல்லென்று, அதற்குண்டாச்சு
வேமேதான், கருங்காக முறுவது போலாச்சு
மேலெல்லா மூன்றரைக் கோடி உரோமமாச்சே[38]

(பஞ்ச காவிய நிகண்டு, பாடல் 29)

என்றப் பாடல் தெளிவுப்படுத்துகின்றது.

பாரம்பரிய தொழில்நுட்பம் உணர்த்தும் வரலாற்று உண்மை

அகத்திய முனிவர் கி.மு.1500-ல் வாழ்ந்தபோது பாரம்பரிய தொழில்நுட்பங்களைப் பிரதிபலிக்கும் செய்திகளைப் பஞ்ச காவிய நிகண்டில் குறிப்பிட்டுள்ளார். பல தொழில்நுட்பங்களை 3000 ஆண்டுகளுக்கு முன்பாகவே தமிழர்கள் அறிந்து தமது அன்றாட வாழ்வில் பயன்படுத்தி வந்துள்ளனர் என்றச் செய்தி தெரியவருகின்றது. இதற்குச் சான்றாக, பஞ்ச காவிய நிகண்டு வழி அதுசார்ந்த நிலைகளாக,

1) பலவகை நோய்களுக்கு மருந்து தயாரிக்கும் நுட்பம்

2) வசியத்திற்கு மருந்து தயாரித்தல், இந்த வைத்திய முறையை ஒழுங்குடன் கடைப்பிடித்தால் இன்று பல குடும்பங்களில் ஏற்படுகின்ற மணமுறிவு, மனம் உடைதல், அன்பின்மை நிலை போன்றவை தோன்ற வாய்ப்புக் குறைந்திருக்கும். இந்த வைத்திய முறையானது இன்றைய நவீன சூழலில் மிகவும் தேவையான ஒன்றாகக் கருதப்படுகின்றது.

3) மருந்து தயாரிப்பதற்காக தாயிடமிருந்து கருவைப் பிரித்தெடுக்க கருவானது கலையாமல் அறுவை சிகிட்சை அல்லது மருத்துவ முறையில் பிண்டத்தை வெளியே கொண்டுவந்துள்ளார் அகத்தியர்.

4) சர்வநிவாரணி போன்ற மருந்து தயாரிக்க பனை மரத்தின் பொருட்களை உயர் தொழில்நுட்பத்துடன் பயன்படுத்தினர் என்பதற்கு எடுத்துக்காட்டு.

பஞ்ச காவிய நிகண்டில் கூறப்பட்டுள்ள மருந்துகளில் மிகவும் முக்கியமானது மதுநீர் கிருதம் (இனிப்பு நெய்) ஆகும். இந்த மருந்தானது ஈடு இணையற்ற ஒன்றாகக் கருதப்படுகின்றது. இதன் சிறப்பை,

கிருதமென்ற கோடாகோடி வகையதுக் கெல்லாம்
கிருதமதுக்கு ஈடுண்டோ, எதுவும் இதற்கீடோ?
விருதமென்ற, கிருதமதில் இரண்டுபலம் வாங்கி
விளங்கவே, ரவி சூரியன் உதிக்கு முன்பாக
நிருதமென்று உயிர்க்கிருதம் இருபோதுண்டானால்
நிராமயம் போல் மண்டலத்தில் நீ, பூபதியாவாய்
எருபமென்று, ஐயாயிரத்திலொருவனுக்கு சித்தி
எய்துமென்ற, கருமமெல்லா மெய்தும் அவர்க்காமே[39]

(பஞ்ச காவிய நிகண்டு, பாடல் 92)

என்ற 92-வது பாடலில் அம்மருந்தினை சூரியன் தோன்றுவதற்கு முன்பாக உண்டால் தலைவனாகலாம். ஐயாயிரத்தில் ஒருவனுக்குத் தான் இம்மருந்து கிட்டும் என்று விளம்புகின்றார் அகத்தியர். இம்மருத்துவம் பொய்யாகாது என்பதனை,

எய்து மென்ற மானிடர்க்குக் கன்மநோய் வந்தால்
எடுத்தாடு உயிர்க்கிருதம் குன்றியெனடை வாங்கி
கைய்து மென்றவோர் நாளுக்கோர் குன்றியாகும்
கருணை பெற, அதிகாலம் எடை தவறாதெடுத்து
நைது என்ற ஆவின் வெண்ணெய் பாக்களவு கொண்டு
நல்லவிடைக் குன்றி எடுத்ததற்குள்ளே வைத்து
பைது மென்ற பாவத்தால் வந்த நோய்க்குத்தான்
பாய்ச்சுவாய், பண்டிதம் பொய் வாரா, என்றோதே[40]

(பஞ்ச காவிய நிகண்டு, பாடல் 93)

என்றும்,

ஓதவே, சடலமதிலுதித்த நோயெல்லாம்
ஒரு நொடிக்குள்ளே, ஓடிவிடும் உண்மை, இது பாரீர்
சேதமொருநாளும் உனக்கணுகாது பாரீர்
செகராச பூபதியைச் செப்பினோமுண்மை
வாது இம்முறை செய்து உலகு குருவென்று
வந்தாலும் இவ்வையகத்து மானிடம், கண் மயங்கக்
காதமென்ற இக்கிருதம் குன்றியெடைக்கொண்டால்
கனயோக பூபதிபோல், இராச யோகியாமே[41]

(பஞ்ச காவிய நிகண்டு, பாடல் 94)

என்றும் குறிப்பிட்டுள்ளார். இந்த மருந்தினைத் தயாரிக்க சீரகம், பனையின் கற்கண்டு, பனிநீர் போன்றவை பயன்படுத்தப்பட்டது என்கிறார் அகத்தியர். இதே போல் அமிர்தசஞ்சீவி கிருதம் என்ற

மருந்தினை தயாரிக்கவும் பனைநீரின் நெய் பயன்படுத்தப்பட்டுள்ளது என்றுப் பாடல் 98-ல் விளக்கியுள்ளார்.

ஓரான, மாது பனைநீரின் கிருதம்
ஓகோபார், புலத்தியம் உசிதமதுவாகும்
நேரான, கிருதமதைப் பதனமாய் செய்து
நின்றிடமாம், பிண்டமது கண்டதையெடுத்து
வாரான, மாணாக்காள் மலைத்திட்டிரையா
மாதவன் ஈன்ற பிண்டமுன் சொன்னதுவுமாகில்
கூரான, அவப்பிண்டம் உடயதனை வாங்கி
கூச்சமயிர் சவ்வதுவின், கோரையதைப் போக்கே[42]

(பஞ்ச காவிய நிகண்டு, பாடல் 98)

பஞ்ச காவிய நிகண்டில் இருவிதமான இனிப்புக்கள் ஒன்று பனைநெய், பனைநீர் சர்க்கரை. இரண்டாவது கன்னல் சர்க்கரை, கரும்பு சர்க்கரை. இவ்விரண்டில் பனை சர்க்கரையே முக்கிய மருந்துப் பொருளாகப் பயன்பட்டுள்ளது.

ஓங்கி வளர்ந்த பனையில் பனைநீர் உற்பத்தி செய்ய வேண்டுமானால் மரத்தின் மேல் ஏறி அதன் கொண்டையில் உள்ள பூங்கொத்தில் (Inflorescene) எவை பயன்தருவது, எவை மலட்டுத் தன்மை உடையது என்பதைக் கண்டறிந்து, அதன் நுனிப் பகுதியைக் கத்தி கொண்டு கூர்மையாக வெட்டி, அந்தப் பூங்கொத்தின் பின்பகுதியை ஓர் இடுக்கிக் கொண்டு அழுத்தம் கொடுக்க அந்தப் பூங்கொத்தின் காம்புப் பகுதி தனது அடர்த்தியான செல்களை வரிவடையச் செய்து அதன் நுனி வழியாக பதனீரை சொட்டுச் சொட்டாகச் சொட்டச் செய்யும்.

இந்தப் பதநீரை சேகரிக்க அழகிய மண்பானைக் கலயங்கள் பயன்படுத்தப்பட்டுள்ளது. இவ்வாறு மண் கலயத்தில் சேகரிக்கும் பனிநீர் இனிப்பாக இருப்பதினால் எளிதில் நொதித்துப் போதையைத்

தருகின்ற கள்ளாக மாறிவிடும். இதனைத் தடுக்க பனை ஏறும் தொழிலாளர் அந்த மண் கலயத்தின் உட்பகுதியில் சுண்ணாம்பு தடவி வைத்து விடுவர். அதன்பின்பு மறுநாள் மண் கலயத்தைக் கீழே இறக்கும்போது கள்ளாக மாறிவிடாது தடுத்துவிடுகின்றது. அதனைப் பக்குவமாக காய்ச்சி, கருப்புக் கட்டியாக, பலவகைக் கற்கண்டுகளாக அச்சின் வழியாக வார்த்து, பூமியின் அடியில் பானைகளில் சேர்த்து வைத்துப் பின் பயன்படுத்தினர்.

பனைவெல்லம் தயாரிப்பது என்பது ஆய்வு செய்யப்பட வேண்டிய தொழில்நுட்பம் ஆகும். இந்த தொழில் நுட்பம் பற்றி ஆய்வு செய்ய பனைநீர் தயாரிக்கும் தொழில் குறித்து ஆய்வு செய்ய வாய்ப்பு ஏற்படுகின்றது.

பனையும் பனைநீர் தயாரிப்பும்

பண்டைத் தமிழர்கள் 3000 ஆண்டுகளுக்கு முன்பாகவே பனையிலிருந்து பதநீர் பனை சர்க்கரை அல்லது பனை கற்கண்டு தயாரித்துள்ளனர் என்பதை பஞ்ச காவிய நிகண்டு வழி அறிய முடிகின்றது.

பஞ்ச காவிய நிகண்டும், பனை கற்றுத்தரும் தொழில்நுட்பமும், வரலாற்று உண்மையும்

பனை மரத்தினைக் கற்பகத்தரு என்று கூறுவர். தமிழகத்தின் தேசிய சின்னம் பனைமரம். தமிழகத்தில் பெருவாரியாக எல்லாப் பகுதிகளிலும் காணப்படும் மரம் பனைமரம். தமிழகத்தில் நாடார் இன மக்களின் தொழில்நுட்பத்தோடு இம்மரம் நெருங்கிய தொடர்புடையது. இந்தப் பனை மரத்திலிருந்து பால் எடுப்பது மிகச் சிறந்த தொழில்நுட்பமாகும். இதனை நவீன உயிரியல் தொழில்நுட்பத்துடனும் ஒப்பிடலாம்.

“இம்மாபெரும் தொழில்நுட்பத்தை அறிமுகப்படுத்தியவர் நாடார் எனும் இனத்தைச் சார்ந்த சத்திரியர்களே ஆவர். இந்தப் பனைமரமானது அயன ஆப்பிரிக்காவில் உண்டாகி அங்கிருந்து இந்தியாவுக்கும் கிழக்கு நாடுகளுக்கும் பரவியிருக்கின்றது. இந்தியாவில் தென் தமிழ்நாட்டில் அதிகமாகப் காணப்பட்டுள்ளது”[43] என கலைக்களஞ்சியம் தொகுதி-7, பக்கம் 62-ல் (தமிழ் வளர்ச்சிக் கழகம், சென்னை முதற்பதிப்பு 1960) கூறப்பட்டுள்ளது.

கி.மு.1300 முதல் கி.மு.800 வரையிலான காலக்கட்டத்திலும் தென் குமரிக் கண்டமான தட்சணிய பாதத்தில் தென்னையும் பனையும் பரந்த பூமியில் செழித்திருக்க வேண்டும். இதனை தலைச் சங்ககால பாண்டிய நாட்டில் ஏழ்தெங்க நாடும் ஏழ் குரும்பனை நாடும் அங்கம் வகித்தன என்று களவியல் என்ற இறையனார் அகப்பொருள் உரையில் தெய்வப் புலவர் நக்கீரனார் அருளிய உரையினால் அறியலாம்.

மேற்கூறிய நூல்களின் அடிப்படையில் பஞ்ச காவிய நிகண்டினைப் பார்க்கும்போது பனைநீர், பனங்கற்கண்டு பற்றிக் கூறப்பட்டுள்ளதால் பனைத் தொழில் செய்பவர்கள் என்பது புலனாகின்றது. இந்தத் தொழில் செய்தவர்கள் வாணிபம் நிமித்தம் காரணமாக மத்திய தரைக்கடல் பகுதிகளிலும், சிரியா, பினிசியாவிலும் ஆப்பிரிக்காவிலும் குடியேற்றம் அமைத்துள்ளனர் என கிரேக்க நாட்டு வரலாற்று ஆசிரியர் கிரோடாடசின் (The History of Herodotus) என்ற சரித்திர ஆய்வு மூலம் அறியலாம்.

இந்தப் புத்தகத்தை தமிழாக்கம் செய்த திரு.வி.எஸ்.ராகவன் (மாணிக்கவாசகர் பதிப்பகம், சிதம்பரம்) பின்வருமாறு கூறுகின்றார் **“4000 ஆண்டுகளுக்கு முன்னர் தமிழ்நாட்டிற்கு வரலாறுகள் கிடையாது என்று எண்ணப்பட்ட காலத்தில் பனையேறிகள் தமிழ்நாட்டிலிருந்து புறப்பட்டு கடலூர்ந்து உலகின் பல**

பகுதிகளுக்கும் சென்று குடியேற்றங்களை அமைத்தனர் என்பதையும் அப்பனையேறிகளே பாமேசியர்கள் என்றும் (Palm எனப்படும் பனை) பினிசியர்கள் (Phoenician) என்றும் பெயர் பெற்று வாழ்ந்தனர் என்றும் கிரேடாடசு வரலாறு கூறுகின்றது"[44] (மாணிக்கவாசகர் பதிப்பகம், சிதம்பரம்).

கிரேடாடசு என்றவர் சரித்திர நூலுக்குப்பின் தமிழகத்திற்கு வரலாறு எழுதியுள்ள மே.மீனாட்சி சோமசுந்தரம் அவர்கள் பின்வருமாறு கூறுகின்றார்.

"பினிசியர்கள் (Phoenicians) தமிழ்நாட்டில் இருந்து படகு ஏறிச் சென்ற பனையேறிகள் ஆவார்கள். அவர்களே பாமேசியர்களென்றும் அப்பாமேசியர்களே பினிசியர்கள் ஆவார்கள் என்று தெரியவருகின்றது"[45]

பினிசியர்கள் பற்றி Great Books of the western world–Robert Maynard Hutchins – Editor in Chief Book No. 6 Herodotus and Thucydidas – Herodotus translated by George Rawlinsan – Thucydidas – The History of Peloponnesiation war – Translated by Richard Crawley Revised by R.Feetham முதல் புத்தகத்தில் CLIO என்ற தலைப்பில்,

"கற்றறிந்த–பாரசீக நாட்டு வரலாற்றாசிரியர்கள் கிரேக்க–பாரசீக தொடர் பெரும் போருக்கு பினிசியர்களேயே குற்றஞ் சாட்டுகின்றனர். ஆனால் அது பினிசியர்களின் தரப்பின் கூற்றிலிருந்து மிக வேறுபட்டுள்ளது. இந்த பினிசியா மக்கள், ஆதியில் எர்த்ரேயின் கடலின் (Erethracansed) (இந்தியப் பெருங்கடல்) கடற்கரையில் வாழ்ந்தவர்கள். பின் மத்தியத் தரைக் கடல்பகுதிகளுக்கு குடியேறி தற்போது வாழும் பகுதியில் பினிசியாவில் நிலைக் கொண்டனர்"[46] (A Smallest Classical Deictionary, Page 405). இந்த பினிசியர்கள் கிரேக்கர்களுடன் தொடர்பு உடையவர்களாகி Argos என்ற கிரேக்க

நாட்டின் மாநிலத்தில் தங்கினர் என மேற்கூறிய வரலாறு கூறுகின்றது. Phoenicia என்ற வார்த்தை தங்கள் குடியேற்ற நாட்டில் அறிமுகப்படுத்திய மரத்தையும் (Palm-gid, தென்னை) குறிக்கும்[47] என A Smallest Classical Dictionary (Page 405) கூறுகின்றது. இந்த வரலாற்றை நோக்கும்போதும் அகத்தியரின் (கி.மு.1500) பஞ்ச காவிய நிகண்டில் குறிப்பிடும் பனைக் குறித்தப் பாடல்கள் 42,91,98,323,828 வாயிலாக பனைநெய், பனைநீர், பனங்கற்கண்டு போன்றவை மருத்துவத்திற்கு பயன்படுத்தப்பட்டுள்ளது தெரிய வருகின்றது. இதனை ஒப்பு நோக்கும்போது இப்பனையின் பொருட்களை உற்பத்தி செய்த நாடார் இன மக்கள் வாழ்ந்துள்ளனர் என்பதும் தெரிகின்றது. அக்காலத்திலேயே தொழிலின் அடிப்படையில் சாதியின மக்கள் வாழ்ந்துள்ளனர் என்பதும் தெரிகின்றது.

நூறான பதினாறு மட்டுமாகும்
நுண்மையப்பா, சூத்திரகுல பிறப்பதாகும்
காரான, ஒரு திங்கள் கருவைக் கேளு
கலங்கி இருக்கும், இளநீர்போல வழலைக்காகா
வாரான இளநீர், தொழிலுக்காகும்
மற்ற இரண்டு திங்களிலே, செயநீர்க்காகும்
பாரான பசுமைநிறம், கருப்பற்றாது
பசலையென்ற திராவகத்துக் கூடும்பாரே[48]

(பஞ்ச காவிய நிகண்டு, பாடல் 42)

ஆமப்பா, புலத்தியனே சீரகம் சேர்த்தரைத்து
அதில் பனையின் வெட்டு கற்கண்டு சேர்த்து
ஆமப்பா, இரண்டைநய்தான் தூளாகச் செய்து
எடுத்து பனி நீரதிலே இரண்டையுந் தானிட்டு
ஆமப்பாக் கூட்டியதை மத்தித்துப்பனியில் வைத்திடவே

பனிவிழுந்து மது கிருதமாகும்
நாமப்பா, மானோன் மனிதன், வாலைபூசை செய்து
நலமான மாது, பனி நீர் கிருதமாமே[49]

(பஞ்ச காவிய நிகண்டு, பாடல் 91)

ஓரான, மாது பனைநீரின் கிருதம்
ஓகோபார், புலத்தியம் உசிதமதுவாகும்
நேரான, கிருதமதைப் பதனமாய் செய்து
நின்றிடமாம், பிண்டமது கண்டதையெடுத்து
வாரான, மாணக்காள் மலைத்திட்டிரையா
மாதவன் ஈன்ற பிண்டமுன் சொன்னதுவுமாகில்
கூரான, அவப்பிண்டம் உடயதனை வாங்கி
கூச்சமயிர் சவ்வதுவின், கோரையதைப் போக்கே[50]

(பஞ்ச காவிய நிகண்டு, பாடல் 98)

சந்தமாம், மனப் பாகா யென்றும் பேரு
ஊழிப் பனஞ் சர்க்கரை யென்றதற்குப் பேரு
அந்தணமாம், அளைப்பிடி யென்றதழ்குப் பேரு
அக்கு பாகாயென்றதற்கு அதீதப்பேரு
பந்தனமாம், பகீரதமாமென்றும் பேரு
பாங்கான, சிகாபுடலமென்னும் பேர்
அந்தனம், மயுக்க அதிசக்கரை தானென்றும்
உள்ளபடி, நாமுரைத்தோம், பனை சர்க்கரையின் பேரே[51]

(பஞ்ச காவிய நிகண்டு, பாடல் 323)

தாக்கியே, பனை சர்க்கரை பலமொன்று தாக்கித்
தருவான, சீரகத்துள் அரைப்பலந்தானிட்டு
ஆக்கியதை, மத்தித்து, லேகியத்தையுண்டு
அதன்பிறகு, இருநாழி அடவாகச் சென்றால்
பாக்கியே, பாலதனை, உட்கொண்டிராகில்

பரிவாகச் சடலமெல்லாம், குளிர்ச்சி போல் காணும்
வாக்கியே, இந்தப்படி மண்டலமிருபோது
வளமாகக் கொண்டிடவே, வாயுவைக் கட்டும் பாரே[52]

(பஞ்ச காவிய நிகண்டு, பாடல் 828)

பஞ்ச காவிய நிகண்டு வழி அறியலாகும் பிற தொழில்நுட்பங்கள்

பஞ்ச காவிய நிகண்டில் கூறப்படும் உப்பு (பாடல் 329), கன்னல் சர்க்கரை (பாடல் 325) முகக்கண்ணாடி (பாடல் 100) போன்றவற்றின் வாயிலாக ஆதித் தமிழன் அறிவியல் மற்றும் தொழில்நுட்பவியலினை அறிந்து செயல்படுத்தி வந்தான் என்பது நமக்குப் புலப்படுகின்றது. பஞ்ச காவிய நிகண்டு ஓர் அறிவியல் ஆய்வேட்டுப் பெட்டகம் மட்டுமல்லாது பல இன மக்களின் வரலாற்றையும் அறியும் நூலாக அமைந்துள்ளது.

உணவியல் (Food and Nutrition) குறித்து பஞ்ச காவிய நிகண்டு கூறும் உண்மைகள்

நவீன உணவுக்கலைக் குறித்து பல ஆண்டுகளுக்கு முன்பாகவே பஞ்ச காவிய நிகண்டில் குறிப்புக்கள் உள்ளது என்பதை,

“ஆமப்பா, சுந்தரமே, சகல கலையறிந்து
அதிகமா, மெய்ஞான வேதமயமாகி
வாமப்பா, பலபல சஞ்சலத்தை விட்டு
மண்டல நாளிருவளமாய்க் கொண்டால்
போமப்பா, வெள்ளரிசி நாழி கொண்டு ஓகோகோ
கழுதைப் பாலரைப் படிதான் கொண்டு
பாமப்பா, பசும்பால் அரைப்பாடிதான் சேர்த்து
பனிநீர், நாலுபலம் பரிவாயதில் சேரே”[53]

(பஞ்ச காவிய நிகண்டு, பாடல் 938)

என்றப் பாடலும்,

சேர்த்து சலமரைப்படி தானிட்டதிலாக்கி
செயமான, வெள்ளரிசி ஏழுதரம் கழுவி
ஆர்த்துவ, பாண்டமதில் அரிசியதைவிட்டு
அடுப்பின் மேலேற்றி, வன்னியக்கினியை மூட்டி
நார்த்ததைச் சமைத்து, அன்னமாறி வைத்தையா
நாளொன்றுக்கிருவேளை, கொடுக்காய் புளி கூட்டி
பார்த்துக்கறி யுப்புதனை, மூன்று தரம் காய்ச்சிப்
பன்மை பெற, சுத்தகரியுப்புதனைக் கொள்ளே[54]

(பஞ்ச காவிய நிகண்டு, பாடல் 939)

என்றப் பாடலும்,

கொள்ளப்பா, சிறு பயறு குழம்பதுவாகும்
கூறான, பத்தியமது, குணமுள்ளோர் செய்வார்
அள்ளப்பா, கிருத முண்ணும் பண்போர்கள்,
அடவான, பத்தியது, யாருக்கும் விள்ளலாகா
அள்ளப்பா, அபினி, கஞ்சா, வஸ்துவை நீ தள்ளு
ஆயிழையார், சையோகப்புணர்ச்சி தள்ளு
விள்ளாதே ஒருவருக்கும், சுந்தரமே கேளு

விளக்கினோம், பத்தியத்தால் வெகு சித்தியாமே55

(பஞ்ச காவிய நிகண்டு, பாடல் 940)

என்றப் பாடலும் அலையும் மனத்தை நிறுத்தி கட்டுப்படுத்தக் கூடிய தன்மை நெய்க்கு உண்டு என்று கூறுகின்றது. இதில் குறிப்பிடப்பட்டுள்ள கொடுக்காய்புளி என்பது தமிழ்நாட்டுத் தாவர வகையைச் சேர்ந்ததல்ல. மேலும், போதைப் பழக்கத்தினை ஒழிக்க வேண்டும் என்று பல ஆண்டுகளுக்கு முன்பே அகத்தியர் கூறியுள்ளது வியப்பாக உள்ளது. தாவரங்களிலிருந்து பெறப்படும்

பனஞ்சர்க்கரை, கரும்புச் சர்க்கரை போன்ற உணவுப் பொருட்களும் மருத்துவத்திற்கு பயன்படுத்தப்பட்டுள்ளது என்பதை பஞ்ச காவிய நிகண்டின் பனைக் குறித்தப் பாடல்கள் 42, 91, 98, 323, 327, 828 வாயிலாகத் தெரிய வருகின்றது.

பேதமென்றும் கன பாகமென்றும் பேரு
பெருமை மதச் சக்கரையென்றதற்குப் பேரு
பேதமெனும், புனல் சக்கரை ன்றும்பேரு
பூதகனயென்றதற்குப் பேருண்டாச்சு
சாத மென்று, சன்னச் சக்கரை தானென்றும் பேரே
மதனம், வருமதன மென்றும் பெரு
சோதமெனும், சோதரி, மாதரந்தரனென்றும் பேரு
சொல்லிவிட்டோம், கன்னல் சக்கரையின் பேரே[56]

(பஞ்ச காவிய நிகண்டு, பாடல் 327)

பஞ்ச காவிய நிகண்டின் வழியாகத் தொல் தமிழர்கள் பனை, தென்னை, கரும்பு போன்ற தாவரங்களிலிருந்து சுவை மிக்க சர்க்கரையை உற்பத்தி செய்து, அதனை உணவுப் பொருளாகப் பயன்படுத்தியுள்ளனர் என்பது தெளிவாகின்றது.

பஞ்ச காவிய நிகண்டு ஓர் உளவியல் மற்றும் ஆலோசனைப் பேழை (Human Psychology and Councelling)

பஞ்ச காவிய நிகண்டு இன்றைய இளைய தலைமுறையினர், உளவியல் நிபுணர் மற்றும் குடும்பநிலை ஆலோசகர்கள் கற்றறிய வேண்டிய எண்ணில்லா உண்மைகளைத் தன்னுள் அடக்கி வைத்திருக்கின்றது. சமீபத்திய ஆய்வில் உலக நாடுகளில்

குறிப்பாக அமெரிக்க ஐக்கிய நாட்டில் 90 சதவிகித திருமணங்கள் முறிவுக்குச் செல்கின்றன. இந்தியாவில் ஒரு மணிநேரத்தில் 100 திருமண உறவுகள் முறிவுக்குச் செல்கின்றன.

ஆதித் தமிழன் திருமண உறவு என்பதை ஒரு புனித நிறுவனமாக (Sacred Institution) அமைத்து வாழ்ந்ததற்குக் காரணம் குடும்பத்தில் பயன்படுத்திய வசிய வைத்திய முறையே ஆகும். இதனை இன்றும் கையாண்டால் உலகெங்கிலும் தமிழர்கள் மிகப் பெரிய உளவியல் நிபுணர்களாக வலம் வருவார்கள். சர்வ வசிய ஈடு செய்முறைப் பற்றி பாடல்கள் 1030 முதல் 1039 வரை தெளிவாகக் கூறியுள்ளார் அகத்தியர்.

இவ்வசியத்தில் பலவகை தாவரங்கள், விலங்கின நெய்கள் குறிப்பிடப்பட்டுள்ளது. பேய் கருப்பஞ்சாறு, வெள்வேலம்பட்டை, வெண்சாவல், வெள்ளைப்பாடாணம், காட்டெருமை கொழுப்பு, ஆந்தை, கோட்டான், இந்திர கோபபூச்சி, கவிழ்தும்பை, நன்னாரி, படரழிஞ்சி, தசமூலம், கழுதைநெய், கட்டுக்கொடிச்சாறு, பனை வெல்லம் போன்ற பொருட்கள் இதில் இடம்பெற்றுள்ளன. இவ்வசிய பொருட்கள் வேலை செய்கிறதா இல்லையா எனப் பரிசோதனை செய்ய நாய் பயன்படுத்தப்பட்டுள்ளது. இது விலங்கினங்களைச் சோதனைக் காரணியாகப் பயன்படுத்தும் முறையை அறிமுகப்படுத்துகின்றது. இதனை கீழ்க்காணும் பாடல் வழி அறிய முடிகின்றது.

ஆரான, தூள் செய்து, சுன்னமதில் கலந்து

அவ்வெல்லா, அதில் சேர்த்து, நாயின் முன்னேவைத்து

ஊர்தோறும், திரியும், கருநாயது உண்ணும்

ஓகோகோ, வெகு மயக்கம், உன்பிறகே வரும்[57]

(பஞ்ச காவிய நிகண்டு பாடல் 1039, அடிகள் 5-8)

கணவன்-மனைவியை அடிப்படையாகக் கொண்ட குடும்ப உறவு முறியாமல் தடுப்பதற்கு உறவை ஈர்க்கும், உறவை இணைக்கும், உறவை மேம்படுத்தும், உறவை வலுப்படுத்தும் புருச வசிய முறையினை,

பொடி, அரியகத்தூரி புனுகுவிதம் உளுந்து
போத, அரவாய், எடுத்துக் கரம் நடுவில் வைத்து
அடி அரியச் செவ்வாலரணைப் பித்தும் சேர்த்து
அரகரா, இவ்வீட்டில் கடுகுவீதம் சேர்த்துக்
கடினக்குள், கன்னிமுலைப்பாலிடை தானிட்டு
கரமது வால், மத்தித்துக் கருணை பெற வழித்து
நொடிக்குள், நெற்றிதனில், திலதந் தானிட்டுச்
செயம் பெறவே, வீதிநகர், சுத்திவாயென்னே[58]

(பஞ்ச காவிய நிகண்டு, பாடல் 1042)

சுத்திமா, நகரை வருகையிலப்பா
சுருதியாம், புருசரெல்லா எதிர் கொண்டு பணிவார்
அத்தி, மதயானை போல் வட்டமிட்டுச் சென்றால்
அவரவர்கள், திரவியங்கள், கொண்டுனக்குத்தருவார்
புத்தியுள்ள, சுந்தரமே, புலத்தியனேயப்பா
புரசரெல்லாம், இவ்வீட்டில் போதம்ப மாவார்[59]

(பஞ்ச காவிய நிகண்டு, பாடல் 1043)

அகத்தியர் அருளிய வசியத்தை நன்முறையில் குடும்ப உறவுகளில் பிளவு ஏற்படாமல் பாதுகாக்கப் பயன்படுத்தினால் மனித வாழ்க்கையானது சிறக்கும் என்பதில் எவ்வித ஐயமும் இல்லை. வசியம் குறித்த விரிவான தகவல்கள் இவ்வாய்வின் ஆறாவது இயலில் தரப்பட்டுள்ளது.

கோண்துகள் மருத்துவ அறிவியல் (Nano Particle Science)

உலகம் முழுவதும் இன்று கோண் துகள் மருத்துவம் அதாவது யேழெஅநனஉைநைெ மிகவும் பிரபலமாகி வருகின்றது. கோண் துகள் என்பது அணுவை விட சிறிய உருவிலான துகள்கள். கம்பர் தம் படைப்பில் அணுவை நூறாக உடைத்து அதில் வரும் நுண்துகளுக்கு கோண் என்று பெயரிட்டுள்ளார். இந்த கோண் துகள் என்ற பதமானது யேழெியசவஉைடந-க்கு பயன்படுத்தப்பட்டுள்ளது. இந்த கோண் துகள்கள் அணுவின் அளவைவிட சிறியது. இந்தத் துகளின் அளவு 10^{-9} அதாவது ஒரு மீட்டரை 10000,000,000 அளவு பகுத்தால் கிடைக்கும் பொருளின் அளவாகும். அதாவது முடியின் அளவை விட ஒரு கோடி மடங்கு சிறியது. அதாவது 10 ஹைடிரஜன் அணுவை நெருக்கமாக அடுக்கி வைத்தால் அது ஒரு கோண் துகள் அளவாகும். அகத்தியரின் பஞ்ச காவிய நிகண்டில் பல உலோகங்கள் கோண் துகள் அளவு மாற்றப்பட்டு மருத்துவத்திற்குப் பயன்படுத்தப்பட்டுள்ளது. இந்த கோண் துகள் உருமாற்றத்தின்போது மிகவும் நச்சுத் தன்மையுடைய பாதரசம், காரியம், செம்பு, வெள்ளி, தங்கம், இரும்பு போன்ற உலோகப் பொருட்கள் கோண் துகள்களாக மாற்றப்பட்டு மருத்துவத்திற்கு பயன்படுத்தப்பட்டுள்ளது என அறியமுடிகின்றது. இன்றைய நவீன கால மருத்துவ முறை அகத்தியர் காலத்திலேயே வழக்கத்தில் இருந்தது என்பதை பஞ்ச காவிய நிகண்டின் மூலம் அறிவது அகத்தியரின் மருத்துவ மேன்மையைத் தெளிவாக்குகின்றது.

கோண் துகள் மருத்துவம்

பஞ்ச காவிய நிகண்டின் பாடல்களில் பற்பம், செந்தூரம் மற்றும் பலவகைச் சுண்ணம் தயாரிக்கும் முறைகள் கூறப்பட்டுள்ளது. இந்தப் பற்பம், செந்தூரம் மற்றும் சுண்ணம் போன்றவற்றில்

உருவத்தில் பெரிய உலோகத் தாதுவை கோன்துகளாக மாற்றி சேர்க்கப்பட்டு மருத்துவத்திற்கும் பயன்படுத்தப்பட்டுள்ளது.

பஞ்ச காவிய நிகண்டு பாடல் 724 முதல் 726 வரை மற்றும் 748 முதல் 755 வரை உள்ள பாடல்களில் உலோகத் தாது நச்சுத் தன்மை நீக்கப்பட்டு மருத்துவத்திற்கு பயன்தரக்கூடிய கோண் துகளாக மாற்றப்பட்டுள்ளது. இதனை பால் மற்றும் அர்ச்சனா என்பவர்கள் தங்கள் ஆய்வுக் கட்டுரையில் தாவர-உலோக மருத்துவப் பின்னணி பற்றிப் பல ஆய்வுளை வெளியிட்டுள்ளனர். இவ்வாய்வினை,

"The essence of these metal based drugs is that they function best when converted from their original metals to metal oxide forms. A very systematic and elaborate step-wise procedure known as "bhasmikarana" converts the metal from its zero valent state to form with higher oxidation state, which is crucial from the point of view that during this synthetic process the toxic nature of the metal and its oxide is fully destroyed while rendering the metal oxide with high medicinal value. In the first step, the toxic substances of the herbo-metal are detoxified, converting it to a homogenous form, removing any adulteration from it, enhancing its quality so that it is effectively used by the body. The second step includes mixing the transformed metal with herbal decotion and introducing it to fire to turn it to ashes, a process called incineration. In this process, the metallic drug is converted from a heavy, hard and rough structure to a light, soft and smooth powder and the macro sized particles are reduced to their nanoform (usually 10-50nm) as established by modern microscopic and spectroscopic techniques. Thus the drug or Bhasm is imported with distinct characteristics of absorption and assimilation into human body (JhaCB Ayurvediya Rasa Sastra (Chaukhamba Surbharati Prakashana, Varanasi, 1994). Modern metal based nano medicine is a western concept which utilized the metals in very fine particulate forms (<100nm)"[60] (Journal of Intellectual Property Rights, Vol.16, 2011, Pp 509-515) என்பது குறிப்பிடப்படுகின்றது. கோண் துகள் மருத்துவப் பயன்பாட்டிற்கு முன்னோடியாக அகத்தியரின் பஞ்ச காவிய நிகண்டு உள்ளது என்பதுப் புலனாகின்றது.

சவர்க்காரச் சுண்ணம்

பூநீர், இரசம் (Mercury), கந்தகம் (Sulphur) இவற்றைச் சேர்த்துக்கொண்டு அரைத்துக் கவசம் செய்து, சிலைமண் சுற்றி சூரிய ஒளியில் வைக்க வேண்டும். அவை உலர்ந்த பின்னர் மயில்புடம் வைத்து எடுக்க சுண்ணமாகும். அதாவது கோண் துகள் அளவு சவர்காரச் சுண்ணம் கிடைக்கும்.

கருவாகிய, பூநீர், சவர்க்காரமிதுவாகில்
கவி, விந்துடைநாதம் விடு, கருவாகிய சீலை
மருவாகிய, மண்டலக் கருமுண்டு, ஒருவிடையதன்
மேலருள் பதியேமுடன் மருவாலதைச் செய்வீர்
அருவாகிய, அதன்மேலிரு கவசந்தனைச் செய்து
அடவாய், இரவியில் உலர்ந்ததனில் துபாகமாகில்
குருவாகிய, மயிற் மேற்புடம் குறிகண்டுடன் செய்தால்
கூராகிய, மதிமேவுதல், நிறமத்தினைப் பாரே[61]

(பஞ்ச காவிய நிகண்டு, பாடல் 976)

என்ற பாடலில் சவர்க்காரச் சுண்ணத்தின் செய்முறை குறிப்பிடப்பட்டுள்ளது. தவ நிலையிலுள்ள சிவபெருமானைத் தன் மலரம்புகளால் எய்த மன்மதன், எரிக்கப்படுகின்றான். மன்மதனின்

சாம்பல் போன்று சவர்க்காரச் சுண்ணம் இருந்ததாக அகத்தியர் கூறுகின்றார்.

"கல்லப்பா, மன்மதனையிழுத்து, நுணுக்கி
கசடான, கோழையெல்லாம் கட்டினாக்கால்
சொல்லப்பா, சுந்தரம் போல அமுர்தமாகும்
சோதித்தாரும், செய்யார், சுரூபநிலை கண்டு
புல்லப்பா, சவர்க்காரமறிந்தரானால்
புலத்தியனே, உனக்கொவ்வாம், புகழ்ந்து பாரே"[62]

(பஞ்ச காவிய நிகண்டு, பாடல் 980, அடிகள் 3-8)

இரசபற்பம்

இரசம் அல்லது பாதரசம் (Mercury) ஓர் நச்சித் தன்மையுடையத் திராவக நிலை உலோகம். இதற்கு பஞ்ச காவிய நிகண்டு பாடல் 236-இல் சூதம், வேதம், மங்கை, வாலை, வாதம், சத்திரசம், நீச்சதாணி, கருவாளி, அநாதி என பெயர் குறிப்பிடப்பட்டுள்ளது. இதனை விந்து எனவும் கூறியுள்ளார். பெண்ணின் மேகநோய்க்கு மருந்தாக இரசம் பயன்படுத்தப்படுவதைப் பாடல் 931-இல் வழி அறிய முடிகின்றது.

கனியாமவள் நாதம், கழலுமதையாக்
கருவான, நூலதனில் நாதம் வாங்கிப்
பணியமாம், பீங்கானில் பிழிந்திருபலந்தான்
பலமான, இரச பற்பந்தான் வராகனெடையிட்டு
வனியமாம், செவ்விளநீர், நாழி சலம் விட்டு
வளமான, ஆவின் வெண்ணை இருபலந்தானிட்டு
மனியமாம், நாற்பதின் மேல், மேகக் கூறுதான்
மாதுரதிலே சடலம் நொந்ததாமே"[63]

(பஞ்ச காவிய நிகண்டு, பாடல் 933)

இரசிதபற்பம்

இரசிதபற்பம் என்பதை வெள்ளி பற்பம் என்றும் கூறுவர். இரசித பற்பத்தை உண்பதால் மேகநோய் தீரும் என்று பாடல் 755 மற்றும் 756-இல் அகத்தியர் விரிவாக விளக்கியுள்ளார்.

ஆதியாம், பூலோக பூபதியென்றும் பேரு
அருளினோம், சவுமியத்தில் ஆடுமிகும் சூட்சம்
வாதியெனும், வருவோர்க்கு, இரு நூறும் சொன்னோம்
வசனித்தோம், இரசிதபற்பமது வேயாகில்?
சேதியிது, வெகுபேரென்னால் சொல்லப் போமோ?
சேட்டுமம், கோழைபோம், மூலச்சூடும் போம்
பூதியாம், பற்பதில், பூபதியேயிட்டுப் போற்றவாய்
மண்டலந்தானுண்டு கரையே[64]

(பஞ்ச காவிய நிகண்டு, பாடல் 757)

என்றப் பாடலில் இரசிதபற்பம் என்பது மருத்துவ உலகிற்கு அரசன் போன்றது. இதைப் பற்றி "சவுமிய சாகரம்" என்ற நூலில், நுணுக்கமாக் கூறியுள்ளதாகவும் இதன் அழகை எடுத்துரைக்க முடியாது என்றும் கூறுகிறார் அகத்தியர். இரசிதபற்பத்தை ஒரு மண்டலம் உண்டால் கபம், சளி, மூலச்சூடு நீங்கும் என்றும் குறிப்பிடப்பட்டுள்ளது.

கரையாத, கல் போலாம், திரேகமானால்
கசமான, மேகமெல்லாங் கழன்றே போச்சு
திரையான, காமியத்தில் வெகுசாய், நொந்தால்
திரேகம், போம், குண்டழியும், சடலம் பாழாம்
பறையான, விந்தழிந்து, சூடே கொண்டால்
பாவத்தால் நோயுண்டாம், தீயாலாச்சு
வரையாறும் கடப்பதற்கு இரசிதபற்பம்
வசனித்தோம், சுந்தரமே, வறுமை வாராதென்றே[65]

(பஞ்ச காவிய நிகண்டு, பாடல் 758)

என்றப் பாடலில் மேகநோயை வெள்ளிப் பற்பத்தால் குணப்படுத்த முடியும் என்று கூறுகிறார் அகத்தியர்.

கிழிச்சுண்ணம் மற்றும் செந்தூரம்

செம்பை உருக்கி, உருக்கிய செம்பை மிக நன்றாகத் தூய்மை செய்து அழுக்குகளைப் போக்கி தகடாக அடித்து, அதன்மீது செந்தூரத்தைக் குழைத்துப் பூசி கசபுடமிட்டால் கிழிச்சுண்ணம் கிடைக்கும் என்று பாடல் 755-இல் விளக்குகின்றார் அகத்தியர்.

பதனமிது, செந்தூர மந்திரவாதிக்குப்
பாடினோமிது போலப்பா, ஆதொன்றப்பா
கதனமது, செம்பதனையுருக்கிச் சாய்த்திட்டு
கசடெல்லாம், வாங்கியதை கன சுத்தி செய்து
ததனமெனும், செம்பதனை தகடதுவாய்டித்து
தருவான, செந்தூரமும் நீரால் குழைத்துப்
பதனமெனும், தகடது மேற்பூசி, கசபுடந்தான்
போட்டதேயாகில், கிழிச் சுன்னமாமே[66]

(பஞ்ச காவிய நிகண்டு, பாடல் 755)

செந்தூரம் செய்யும் முறையைப் பாடல்கள் 750-754, மற்றும் 756-இல் குறிப்பிட்டுள்ளார்.

சுன்னமாம், இரசசுண்ணமிது பாரு
சூட்சத்தில் விளையாடும் வேதையாலே
வன்னமாம், சரக்கறுபத்து நாலும் சாகும்
அபந்தமும், உபநிதமும், உபரசங்கள் சாகும்
அன்னமாயிது சரக்கெல்லாகு, மகுட
அறுபத்து நாலு சுண்ணம், செந்தூரமாகும்
வின்னமது, வாகும் சொர்ன மதினாலே
வேதைகளெல்லாம், முடியு வாதி யென்னே[67]

(பஞ்ச காவிய நிகண்டு, பாடல் 756)

என்றப் பாடலில் உபரசங்கள் 120-ம் செந்தூரமாக்கப் பயன்படும் என்றும் இரசவாதத்திற்கு மணி முடிபோல செந்தூரம் திகழும் என்றும் கூறுகிறார் அகத்தியர்.

உலோக பற்பம், சுண்ணம் மற்றும் செந்தூரம் போன்றவற்றைத் தயாரித்து, நோய்கள் தோன்றுவதைக் கருவிலே தடுப்பதற்கு மருந்துகள் தயாரிக்கப்பட்டன எனப் பஞ்ச காவிய நிகண்டு கூறுகின்றது. பஞ்ச காவிய நிகண்டு நவீன கோண் துகள் மருத்துவ குணம் குறித்துப் பல நூற்றாண்டுகளுக்கு முன்பே கூறியிருப்பது தமிழரின் பயன்பாட்டில் கோண் துகள் இருந்துள்ளது என்பதை அறிவுறுத்துகின்றது.

பஞ்ச காவிய நிகண்டு கூறும் அறிவியல் தொடர்புடையப் பொருட்கள்

கி.மு.1500-ல் கூட கீழ்க்கண்ட பொருட்கள் மக்களிடையே பயன்பாட்டில் இருந்தது என்று கூறும்போது இந்தப் பொருட்கள் அனைத்தையும் தமிழன் தயாரித்தானா? அல்லது அந்தக் காலக்கட்டத்தில் தமிழகத்தில் கடல் வாணிபம் காரணமாக அயல்நாடுகளிலிருந்து வந்தவைகளா? என்று எண்ணத் தோன்றுகின்றது.

1) கண்ணாடி முகம்-பாடல் 100
2) இந்துப்பு-பாடல் 222
3) ஊசிகாந்தம்-பாடல் 284
4) கல்லுப்பு-பாடல் 85
5) கன்னல் சர்க்கரை-பாடல் 325
6) கண்ணாடி குடவை-பாடல் 77
7) கோரோசனை-பாடல் 541, 549
8) சாராயம்-பாடல் 591

9) சிப்பிமுத்து-பாடல் 290

10) சீனக்காரம்-பாடல் 219

11) சூடன்-பாடல் 278

12) நவாச்சாரம்-பாடல் 316

13) படிகாரம்-பாடல் 221

14) பித்தளை-பாடல் 281

15) பீங்கான் பாத்திரம்-பாடல் 55, 202, 367, 745

16) வெங்காரம்-பாடல் 218

17) வெடிகாரம்-பாடல் 220

என்ற பொருட்களைப் பற்றி பஞ்ச காவிய நிகண்டு நிரல்பட பேசுகின்றது.

இப்பொருட்களின் விரிவான கருத்துக்கள் ஏழாவது இயலான ‘சித்தமருந்தியலில்’ தரப்பட்டுள்ளது.

முடிவுகள்

பஞ்ச காவிய நிகண்டு ஓர் பல்நோக்குப் பெட்டகமாக விளங்குகின்றது. அகத்தியரின் அறிவியல் வெளிப்பாடா? மருந்தியல் தொழில்நுட்பமா? மானிடவியல் நிலைக் கண்ணாடியா? பல்வகை அறிவியல் உண்மைகள் சாத்தியமாகுமா? என்று எண்ண முடியாத காலத்தில் வெளிப்படுத்திய இறைவாக்கா என ஆச்சரியப்பட வைக்கின்றது. இவ்வியலில் பத்துக்கும் மேற்பட்ட நவீன அறிவியல் கண்டுபிடிப்புகளுக்கு பஞ்ச காவிய நிகண்டு பாடல்கள் அடித்தளமாக அமைகின்றது.

பண்டைய கலாச்சார, சமூக, அறிவியலுக்கு பஞ்ச காவிய நிகண்டு ஓர் வரலாற்றுப் பேழையாக விளங்குகின்றது. மனோதத்துவ முறைக்குப் புரியாத பல புதிர்களுக்கு விடைக் கொடுப்பதாக பஞ்ச காவிய நிகண்டு பாடல்கள் அமைந்துள்ளது. போகர் நிகண்டு,

சட்டைமுனி நிகண்டு, நந்தீசர் நிகண்டு போன்ற பிற நிகண்டுகளோடு ஒப்பிடும்போது அகத்தியரின் பஞ்ச காவிய நிகண்டானது தனித்துவம் பெற்று விளங்குவது இவ்வாய்வில் தெரிய வருகின்றது.

இன்றைய அறிவியலாளர்கள் பஞ்ச காவிய நிகண்டு வழி அறியலாகும் அறிவியல் உண்மைகளை நவீன அறிவியல்சார் முறைகளைக் கொண்டு ஆய்வு செய்து இவ்வுலகிற்கு அறிமுகப்படுத்தினால் பண்டைத் தமிழரின் பாரம்பரியத்தை உலகமே அறிந்து வியப்படையும் என்பதில் எவ்வித ஐயமும் இல்லை.

நிகண்டில் உள்ள அறிவியல் கருத்துக்களை நவின அறிவியலோடுஒப்பிட்டு பண்டையத் தமிழரின் அறிவியல் அறிவை வெளிக்கொண்டு வருவது மிகவும் தேவையானதாகும்.

இந்தக் கருத்தை மையமாகக் கொண்டு ஆய்வு செய்தபோது பல அரிய உண்மைகள் தெரிய வந்துள்ளது. அவற்றில் சில பகுதிகள் மட்டுமே இங்கு தரப்பட்டுள்ளது. பாடல் 14-இல் பெண்ணின் முட்டையில் விந்து சேர்ந்து கருவாகிறது. இதில் கருமுட்டையைப் பற்றிக் கூறும்போது "கருவிலே உருளையென்ற முட்டை போலாகி" என்று கூறுகின்றார் அகத்தியர். இன்றைய நவீன உள்நோக்கியால் மட்டுமே பெண் கரு முட்டையின் வடிவம், அது வளரும் தன்மை அறிய வாய்ப்புண்டு. ஆனால் அகத்தியர் உள்நோக்கியின் துணையின்றி, கருவின் முட்டை உருண்டை மற்றும் மூன்று திங்கள் கரு கருங்கோழி கன்னி முட்டை போல் இருக்கும் என்றும் பாடல் 43-ல் மூன்று மாதக்கரு நாபி என அழைக்கப்படும் இளநீர் வழுக்கையைப் போல் இருக்கும் என்றும் கூறியுள்ளார். அக்கருவில் சவ்வு தோன்றும் போது நாதசக்தி உருவாகும் என மனித கருவியல் கண்டுபிடிப்பை பல நூற்றாண்டுகளுக்கு முன்பே அகத்தியர் கூறியுள்ளது ஆச்சரியத்தில் ஆழ்த்துகின்றது. பாடல் 52-

இல் நான்கு திங்கள் கருவில் கண், காது என்ற ஐம்பொறிகள் தோன்றும் எனக் கூறுவது இவரது கருவியல் (Embryology) அறிவுக்குச் சான்றாகும். பாடல் 66-ல் "காரான கருவாகி மூன்றாமாசங் கால்முகம், வாய்கண், செவிமுடியுண்டாமே" என்று கூறியிருப்பது மேலும் ஆச்சரியத்தில் ஆழ்த்துகின்றது.

அகத்தியர் காலத்திலேயே கி.மு 6 அல்லது 7-ஆம் நூற்றாண்டிலேயே பனைமர பதநீரிலிருந்து கற்கண்டு தயாரிக்கப்பட்டது என்று அறியும்போது பண்டைத் தமிழரின் அறிவியல் அறிவு புலனாகிறது. இதனைப் பாடல் 91-இல் "அதில் பனையின் வெட்டு கற்கண்டு சேர்த்து" என்ற அடி தெளிவாக்குகின்றது.

நோய்கள் மற்றும் பல குணயியல்புகள் மரபுப் பொருட்களாகிய ஜீன் (Gene) வழியாக தந்தையிடமிருந்து மகனுக்கு வரும் என்ற (Genetics) அறிவியல் உண்மையை பாடல் 356-ல் விளக்குகின்றார் அகத்தியர்.

"செப்பு மட மாதேகேள், செய்வினைப் பயனதனால்
இப்புவியில் மானிடர்க்கு, மெய்வினையவர் தொழிலாய்
செப்புமடமாதேகேள், செய்வினையே யென்றால்
அப்பறையாய், திரியுமட்டி, சுகமாலனேகருண்டு
செப்புமடமாதேகேள், சிசுவந்து செய்யும் வினை
அப்பனிட வருமதியால் வருவாண்மை உனை விடா"

(பஞ்ச காவிய நிகண்டு, பாடல் 358)

என்ற பாடலில் தந்தை-தாயின் வழி குழந்தைக்கு மரபு வழியான செயல்பாடுகளும் அவர்களின் நோய்களும் வரும் எனக் கூறியுள்ளார்.

இவ்வாறு பல அறிவியல் உண்மைகளை பல வருடங்களுக்கு முன்பாகவே தமிழர் அறிந்து இருந்தனர் என்பது பெறுமைபட வேண்டிய விசயமாகும். எனவே இன்றும் இவ்வுண்மைகளில் சிறந்த அறிவியல் ஆய்வு செய்ய வழிவகை செய்கிறது.